# Nabii Wa Moto Na Watu Waliogeuka Kuni

*Mtazamo Wa Ibada Katika Maisha Na Ujumbe Wa Nabii Yeremia*

F. Wayne Mac Leod

LIGHT TO MY PATH BOOK DISTRIBUTION

Mtaa wa Atlantic 153, Sydney Mines, Nova Scotia CANADA

# Nabii wa Moto na Watu wa Kuni

Hakimiliki © 2019 ya F. Wayne Mac Leod

Ilirekebishwa Novemba 2019

Haki zote zimehifadhiwa. Hakuna sehemu ya kitabu hiki inaweza kunakiliwa au kusambazwa kwa namna yoyote au njia yoyote ile bila idhini ya maandishi ya mwandishi.

Nukuu za maando zilezowekwa alama (NIV) zimechukuliwa kwenye biblia, Toleo jipya la kimataifa®, NIV®. Hakimiliki © 1973, 1978, 1984, 2011 ya Biblica, Inc.™ kutumiwa kwa ruhusa ya Zondervan. Hakizote zimehifadhiwa duniani kwetu. www.zondervan.com The "NIV" na "Toleo jipya la kimataifa" ni chapa za biashara zilizo sajiliwa na hati miliki ya marekani na ofisi -ya chapa za biashara za Biblia, Inc.™

Nukuu za maandiko zilizowekwa alama (ESV) zimetoka kwenye ESV ® Biblia (Biblia takatifu, toleo la kawaida la kingereza®), hakimiliki © 2001 na kupitia, huduma ya uchapishaji ya wahubiri wa habari njema. Zimetumika kwa ruhusa. haki zote zimehifadhiwa."

Nukuu za maandiko zilizowekwa alama (NLT) zimechukuliwa katika Biblia takatifu, tafsiri mpya hai, hakimiliki ©1996, 2004, 2015 ya Msingi wa Nyumba ya Tyndale. Imetumiwa kwa ruhusa ya Nyumba ya Tyndale wachapishaji, Inc., Carol Stream, Illinois 60188.haki zote zimehifadhiwa.

Nukuu ya maandiko kutoka toleo lililoidhinishwa la (King James). Haki katika toleo lililoidhinishwa nchini Uingereza zimekabidhiwa taji. Imetolewa tena kwa idhini yay a mwenye hati miliki ya taji, Chuo cha Cambridge.

# Yaliyomo

DIBAJI .................................................................................... 5

SURA YA 1 – SARAFU YA MJANE ........................................... 7

SURA YA 2 - KUITWA KABLA YA KUZALIWA ......................... 15

SURA YA 3 - MIMI NI MTOTO TU ........................................... 21

SURA YA 4 - ISHARA MBILI .................................................... 27

SURA YA 5 - MANENO YA MOTO MIONGONI MWA WATU WALIOGEUKA KUNI ............................................................................... 33

SURA YA 6 - HEKALU LA BWANA ........................................... 41

SURA YA 7 - MAPIGO HALISI .................................................. 47

SURA YA 8- MKANDA ULIOHARIBIKA .................................... 55

SURA YA 9- USIWAOMBEE WATU HAWA .............................. 61

SURA YA 10 – NABII MPWEKE ................................................ 67

SURA YA 11- KWENYE NYUMBA YA MFINYANZI .................. 73

SURA YA 12 - MTUNGI WA UDONGO ULIOVUNJIKA ........... 79

SURA YA 13 SEDEKIA NA YEREMIA ....................................... 85

SURA YA 14 WACHUNGAJI WASIOJALI NA MANABII WA UONGO ............... 93

SURA YA 15 - NJAMA YA KUMUUA YEREMIA ....................... 99

SURA YA 16 – JUMBE ZINAZOKINZANA ............................. 105

SURA YA 17 - NYUMBA YA SHAFANI .................................. 113

SURA YA 18 - TAFUTA AMANI YA JIJI ................................. 121

SURA YA 19 - NIDHAMU YA BWANA ............................................................. 129

SURA YA 20- TENDA KILE UNACHOHUBIRI ................................................. 137

SURA YA 21 - WATUMWA WALIORUDISHWA ............................................. 143

SURA YA 22 - WAREKABI ................................................................................. 149

SURA YA 23 - GOMBO LILILOCHOMWA ....................................................... 155

SURA YA 24 –UOGA JUU YA MAISHA YAKE ............................................... 163

SURA YA 25 - KURUDI MISRI ........................................................................... 171

SURA YA 26 - ZAMA WALA HAUTAZUKA TENA ....................................... 179

LIGHT TO MY PATH BOOK DISTRIBUTION ................................................. 185

# DIBAJI

"Nabii wa Moto," ndivyo Yeremia alivyokuwa. Alifanya kazi na "watu wa kuni." Jumbe zake mara nyingi ziliwachoma sana! Ni kazi gani isiyo na shukrani aliyokuwa nayo. Hakuna mtu anayependa kuchomwa moto. Wasikilizaji wake walijaribu kumuua. Wakamtupa gerezani na kumweka katika mikatale. Hakuwa na marafiki wengi. Hakuwahi kuoa na hakuwa na watoto wa kuendeleza Jina Lake. Kwa miaka arobaini, hata hivyo, alitangaza neno la Bwana kwa uaminifu kwa watu waliogeuza migongo yao na kuziba masikio yao. Yeye ni mfano wa uaminifu na ustahimilivu. Ni mfano mgumu kufuata.

Katika somo hili, tutachunguza matukio muhimu na jumbe za mtu huyu mkuu wa Mungu. Ninatumaini kwamba wale wanaosoma kitabu hiki hawatathamini tu nabii huyo mpya bali wataona ni kiasi gani bado tunahitaji watu kama yeye na ujumbe wake katika siku zetu. Na upate changamoto unaposoma kusikiliza kwa mara nyingine tena maneno ya mtumishi huyu mkuu wa Mungu. Na maneno ya nabii huyu moto yateketeze majani ya mti na makapi ya maisha yetu na kutupa changamoto kwa viwango vipya vya utii wa uaminifu.

F. Wayne Mac Leod

# SURA YA 1 – SARAFU YA MJANE

*1 Maneno ya Yeremia, mwana wa Hilkia, mmoja wa makuhani waliokuwa katika Anathothi, katika nchi ya Benyamini. 2 ambaye neno la Bwana lilimjia katika siku za Yosia, mwana wa Amoni, mfalme wa Yuda, katika mwaka wa kumi na tatu wa kumiliki kwake. 3 Tena lilikuja siku za Yehoyakimu, mwana wa Yosia, mfalme wa Yuda, hata mwisho wa mwaka wa kumi na mmoja wa Sedekia, mwana wa Yosia, mfalme wa Yuda; hata wakati ulipochukuliwa mateka Yerusalemu, katika mwezi wa tano.*
*(Yeremia 1)*

Yeremia 1:1-3 hutusaidia kuelewa maisha ya nabii Yeremia. Ona kwamba alikulia katika nyumba ya kasisi. Baba yake Hilkia alikuwa kuhani wakati wa utawala wa Yosia, mfalme wa Yuda. Yosia alikuwa mmoja wa wafalme adimu waliomtumikia Bwana kwa moyo wote. 2 Wafalme 23:25 inaelezea kujitolea kwa mfalme kwa Bwana kwa maneno yafuatayo:

*25 Kabla ya huyo hapakuwa na mfalme mfano wake,*

*aliyemwelekea Bwana kwa moyo wake wote, na kwa roho yake yote, na kwa nguvu zake zote, sawasawa na sheria zote za Musa; wala baada yake hakuinuka mmoja mfano wake yeye.* (2 Wafalme 23)

Miaka iliendelea utawala wa Yosia ulipata changamoto. Watu wa Mungu walikuwa wameliacha hekalu. Dhambi na uovu ulikuwa umeenea katika nchi. Hata hivyo, katika mwaka wa kumi na nane wa utawala wake, Yosia aliamuru kwamba hekalu la Mungu lirekebishwe (ona 2 Wafalme 22:3-7). Baada ya miaka mingi ya kuachwa, hekalu lilikuwa katika hali mbaya. Baada ya kurekebishwa, kuhani mkuu alikipata kitabu cha torati. Ni dhahiri hakikuwa kimefuatwa kwa miaka mingi. Baada ya kuchunguza yaliyomo, alimpa Shafani mwandishi ili amsomee Mfalme Yosia (2 Wafalme 22:8-10). Kitabu hiki kilimgusa mfalme sana. Mungu alikitumia kuuchochea moyo wake kuhusu uovu katika nchi yake. Kwa maneno ya kitabu, Mfalme Yosia alimwomba Kuhani Mkuu kuharibu vyombo vyote vilivyopatikana katika hekalu la Bwana ambavyo vilikuwa vimewekwa wakfu wa Baali (ona 2 Wafalme 23:4). Hii inatuonyesha kwamba hekalu halikuwa tu katika hali mbaya bali pia limetiwa unajisi na ibada ya miungu ya kipagani. Chini ya uongozi wa Mfalme Yosia, hekalu lilisafishwa, na ibada safi ya Mungu ikarudishwa.

Yeremia alianza huduma yake katika mwaka wa kumi na tatu wa utawala wa Yosia (Yeremia 1:2). Hii ilikuwa ni miaka mitano tu kabla ya makuhani kupata kitabu cha torati. Hizi zilikuwa siku za kusisimua katika Yuda kwa wale waliompenda Bwana. Baba wa Yeremia, Hilkia, akiwa kuhani, huenda alikuwa na jukumu kubwa la kutekeleza katika uamsho wa kidini siku hizo.

Huduma ya Yeremia ilichukua muda wa utawala wa wafalme watatu.

Alihudumu kama nabii kwa jumla ya miaka 40, kuanzia mwaka wa kumi na tatu wa Yosia hadi mwaka wa kumi na moja wa Sedekia. Kuangalia historia ya Yuda katika kipindi hiki kunatuonyesha kwamba wakati Yeremia alianza huduma yake chini ya uongozi wa Yosia, n alimaliza akiwatazama watu wa Yuda wakienda utumwani kwa ajili ya kutomtii Mungu aliyemtumikia.

Yeremia alimtazama Nebukadneza akiteka mji wa Yerusalemu (2 Wafalme 23:10), akimpeleka mfalme wake uhamishoni (2 Wafalme 23:11). Aliwaona Wababeli wakiondoa hazina zote za hekalu ambalo Yosia alikuwa ametengeneza (2 Wafalme 23:12-13). Yerusalemu iliachwa ukiwa na wafanyakazi wake stadi walilazimishwa kuondoka kwa ncha ya upanga. Ni maskini na watu wasio na ujuzi pekee ndio waliobaki mjini ili wajitegemee (2 Wafalme 23:14). Alishuhudia adui akibomoa ukuta wa ulinzi uliouzunguka mji (2 Wafalme 25:10) na kuuteketeza kabisa (2 Wafalme 25:9).

Je, ungependa kuona nini baada ya miaka arobaini ya utumishi kwa ajili ya Bwana? Je! hungetaka kujua kwamba maisha na uvutano wako ulikuwa na matokeo? Je, hungependa kuhisi kwamba ulikuwa umetoa mchango fulani katika maisha ya wale uliowahudumia? Yeremia aliwaza nini alipokuwa akiwatazama watu wa Mungu wakienda utumwani? Alihisije kuhusu mchango wake kwa hali njema yao ya kiroho? Ilikuwaje kutembea katika mitaa iliyoteketea ya jiji lililokuwa tukufu? Ni nini kilipita akilini mwake alipokaribia ardhi ambayo hapo zamani hekalu zuri la Mungu lilikuwa limesimama? Je, kulikuwa na hisia ya kutofaulu moyoni mwake? Alikuwa ametimiza nini baada ya miaka hii yote? Je, alikuwa amepoteza maisha yake?

Kuangalia nyuma baada ya miaka mingi ya utumishi na kuona tu uhalibifu lazima ilikuwa ni kuumiza sana kwa nabii. Hata hivyo, hayuko peke yake. Wachungaji kote ulimwenguni wanatazama nyuma, wakitafuta sana kupata ushahidi fulani wa huduma iliyoleta mabadiliko. Wamishonari wanaotumikia katika nchi zenye changamoto wanarudi nyumbani wakijiuliza ikiwa jitihada zao hazikufaulu. Wazazi huwaangalia watoto wao wakichagua njia za dhambi na uasi na kushangaa kama wameshindwa kuwalea. Kama Yeremia, wanatembea katika mitaa iliyochomwa moto ya Yerusalemu, wakitazama majengo matupu yaliyoteketea na kushangaa kama maisha na huduma yao imekuwa na matokeo yoyote.

Tunaishi katika zama ambazo thamani ya huduma inapimwa kwa matokeo. Tunapenda takwimu. Je, hivi ndivyo Mungu anavyoona huduma? Je, lengo la huduma ya Kikristo ni kuona matokeo? Ni rahisi kuwa mwaminifu wakati kila kitu kinakwenda sawa, na tunaona matunda ya kazi zetu. Ni vigumu, hata hivyo, kuvumilia wakati tunakabiliwa na kukataliwa na kuona hakuna matokeo.

Mungu hatuiti sisi sote kwa huduma za "mafanikio". Kuna wanaopata baraka za aina hii. Mungu pia anataka watu ambao watakuwa waaminifu katika mambo madogo. Watu ambao hawatafanya takwimu na nambari kwa Mungu wao, lakini ambao kwa hiari na furaha watadumu katika kusudi Lake, hata inapomaanisha kutoona mafanikio ya kidunia. Tunaposimama mbele za Mungu kutoa hesabu ya maisha yetu, hatajali kuhusu idadi na takwimu bali uaminifu. Yeremia alikuwa mwaminifu kwa wito wa Mungu. Hilo lilimaanisha kukataliwa na kunyanyaswa sana, lakini alidumu katika kusudi la Mungu, na kwa hili, angepokea thawabu yake.

Wakati moja, Yesu alitazama watu wakiweka matoleo yao katika sanduku la toleo la hekalu. Aliwaona matajiri wakiingia na mali zao nyingi na kutoa ziada yao. Yesu alipomwona mjane maskini akitoa sarafu zake mbili za mwisho, hata hivyo, moyo Wake uliguswa. Kulingana na Yesu, mjane huyo alitoa zaidi kuliko mtu mwingine yeyote. Unapofika mwisho wa huduma yako kwa Bwana na kuingia katika hekalu la selestia la Mungu, utadondosha nini kwenye sanduku la matoleo la hekalu?

Labda maisha na huduma zetu zimebarikiwa sana. Tunakuja kwa kiburi mbele za Bwana ili kumpa sehemu ya baraka ambazo tumepokea. Hata hivyo, tunapotazama nyuma yetu, tunamwona Yeremia akiingia hekaluni. Anapoingia ndani, amechoka na amechoka. Anatazama juu katika uso wa Mola Wake Mlezi. Kwa aibu, anasema: "Bwana, sijui ninachoweza kutoa. Sijaona waongofu wengi. Watu hawakusikiliza nilipohubiri. Nimekuwa mwaminifu ingawa Bwana; nimevumilia kwa miaka hii arobaini iliyopita. Je, ninaweza kukupa maisha yangu ya huduma ya uaminifu, ndio niliyo nayo?"

Tunaposikiliza maneno ya Yeremia, tunaona tabasamu la kibali kwenye uso wa Bwana. Zawadi na matoleo yetu ni duni ikilinganishwa na ya Yeremia. Hapa ni mtu ambaye alitoa "senti ya mjane." Alivumilia upinzani na kuona watu wakimpa kisogo. Alikataliwa na kutupwa gerezani kwa sababu ya kuhubiri. Watu walimchukia yeye na ujumbe wake. Alidhihakiwa, kutukanwa na kunyanyaswa kwa msimamo wake. Hakuruhusiwa kuoa au kusherehekea na wananchi wenzake. Alipokufa, hapakuwa na watoto wa kuendeleza jina lake. Tunaona mateso yake kwa ajili ya

Mola wake Mlezi, na kwa namna fulani takwimu na idadi haionekani kuwa muhimu sana tena. Tunatoa "mafanikio" yetu, lakini mtu huyu aliyesimama mbele yetu alitoa uhai wake. Sadaka yake inaonekana muhimu sana kuliko yetu. Katika enzi ya matokeo ya kupendeza, je, Mungu si anatafuta tu uaminifu na utiifu? Yeremia ni mfano kwetu katika hili.

Ya kuzingatia:

Eleza nyakati ambazo Yeremia alihudumu. Alianza huduma yake chini ya hali gani? Je, hali ilikuwaje katika taifa katika miaka yake ya mwisho?

Kuna tofauti gani kati ya kujitahidi kupata mafanikio na kujitahidi kuwa watiifu? Nini kimekuwa lengo lako?

Je, ungeridhika kuwa mtiifu hata kama huoni matunda katika huduma yako?

Kwa Maombi:

Mwombe Bwana akuhakikishie kwamba unatembea katika kumtii.

Mwambie Roho wa Mungu akutie hatiani katika eneo lolote la maisha yako ambapo umefanya mafanikio na takwimu kuwa mungu wako.

Chukua muda wa kumshukuru Bwana kwa mfano wa Yeremia, mtu ambaye alitoa maisha yake kumtumikia Mungu hata kama hiyo ilimaanisha kutoona matokeo yoyote kwa miaka ya utumishi.

# SURA YA 2- KUITWA KABLA YA KUZALIWA

*4 Neno la Bwana lilinijia, kusema,*
*5 "Kabla sijakuumba katika tumbo nalikujua,*
*na kabla hujatoka tumboni, nalikutakasa; nimekuweka kuwa nabii wa mataifa" (Yeremia 1)*

Mwito wa Yeremia kwa huduma ya kinabii pengine ni mojawapo inayojulikana sana katika Biblia. Ona Yeremia 1:5 inazungumza juu ya mwito huu katika hatua tatu. Yeremia "alijulikana," "aliwekwa wakfu," na hatimaye, "aliteuliwa." Hebu tuchukue muda kuchunguza vipengele hivi vya mwito wa nabii.

## Kujulikana Na Mungu

Angalia kwanza kwamba Mungu alimjua Yeremia kabla hajamtuma kama nabii:

*5 "Kabla sijakuumba katika tumbo nalikujua,*

Mwajiri yeyote atachukua muda kuwafahamu wafanyakazi wake kabla ya kuwatuma kufanya kazi. Waajiri wazuri watalinganisha ujuzi wa wafanyakazi wao na kazi wanayohitaji kufanya.

Hata hivyo, ona wakati Mungu alimjua Yeremia. Yeremia 1:5 inatuambia kwamba Mungu alimjua Yeremia kabla hajamuumba katika tumbo la uzazi la mama yake. Kabla Yeremia hajatungwa mimba, Mungu alijua yote kumhusu. Ujuzi wa Mungu kumhusu Yeremia ni tofauti sana na ule wa mwajiri wa kidunia. Ujuzi huu ulikuwa kama ule wa msanii aliyesimama mbele ya karatasi tupu. Mchoraji huunda wazo la kile anachotaka kuunda na kwa ustadi wa brashi, huleta uhai kile kilichofikiriwa katika akili. Kama vile mfinyanzi anayefanyiza chombo cha udongo, wazo hilo huzaliwa katika mawazo na moyo wa mfinyanzi. Anajua ukubwa, umbo, na kusudi la uumbaji kabla ya kuuumba. Kama chombo cha udongo na mchoro, Yeremia alizaliwa katika akili ya Mungu kabla ya Muumba Wake kumweka tumboni.

Mungu alikuwa na kusudi kwa Yeremia. Alimtengeneza na kumtengeneza kwa kazi fulani. Yeremia hakuwa nafasi iliyotokea kwenye ndoa ya mzazi wake. Kabla ya mama yake kushika mimba yake, Mungu alijua kile Alichotaka kutimiza katika maisha ya mtoto huyo mdogo na alimfanya yeye binafsi kupatana na mwito huo. Ni faraja iliyoje kujua kwamba Mungu hututengeneza na kutuunda kibinafsi kwa kusudi Lake. Yale ambayo Mungu alifanya katika maisha ya Yeremia, anatufanyia sisi pia. Mungu aliyekujua kabla hujazaliwa alikuumba kwa kusudi.

### Yeremia Amewekwa Wakfu

Pili, ona kwamba Yeremia pia aliwekwa wakfu.

> 5 ...na kabla hujazaliwa nalikutakasa; (Yeremia 1)

Kuweka wakfu ni kuweka kando au kwaajili ya. Hii ilikuwa hatua ya pili ya wito wa Mungu juu ya maisha ya Yeremia. Mungu alimuumba Yeremia akiwa na kusudi akilini. Kisha akamweka tumboni mwa mama yake kwa kazi hii. Mungu aliweka mkono wake wa ulinzi na mwongozo juu ya maisha ya mtoto huyu ambaye hajazaliwa. Yeremia alikuwa na muhuri wa kibali cha Mungu. Hata alipotoka katika tumbo la uzazi la mama yake, Yeremia alilindwa na mkono wa enzi kuu wa Mungu, Muumba Wake. Hakuna kitu ambacho kingezuia mapenzi hayo kuu ya Mungu maishani mwake. Mungu angemlinda na kumlinda mpaka Yeremia angejua kusudi lake.

*Kuteuliwa Na Mungu*

Hatimaye, ona kwamba Yeremia aliwekwa rasmi.

5 ... *nilikuweka kuwa nabii wa mataifa. (Yeremia 1)*

Neno "aliyewekwa" katika Biblia ya King James limetafsiriwa kwa neno "aliyeteuliwa". Neno hilo hutumika kuzungumzia jukumu alilopewa mtu mwingine, kupitisha maagizo au kutoa ruhusa. Kwa njia fulani, ni kama dereva mchanga anayepokea leseni yake ya udereva. Dereva anapokuwa na umri mkubwa, kipande hicho cha karatasi kinampa ruhusa na mamlaka ya kuketi nyuma ya usukani wa gari na kuendesha. Hivi ndivyo Mungu anafanya kwa Yeremia kwa kumteua. Anampa ruhusa ya kwenda kwa jina lake na kunena neno lake. Mungu alimjua Yeremia kabla hajazaliwa na alimuumba akiwa na kusudi. Mungu alimweka wakfu kwa kumtenga na kumlinda kifalme kwa ajili ya kazi aliyokuwa nayo akilini. Sasa kwa kuwa Yeremia alikuwa na umri wa kutosha kuelewa mwito huo, Mungu anampa kibali chake cha kuwa nabii. Alipaswa kwenda kwa mataifa na kunena maneno ya Mungu.

Mara nyingi, tunahisi kwamba wito wetu ulikuja wakati Mungu alitupa miadi yetu. Wito wa Mungu ulikuwa juu ya maisha ya

Yeremia kabla ya kujulishwa kwake uteuzi wake halisi. Hivi ndivyo ilivyokuwa kwa Musa. Alitengwa kutoka kuzaliwa kwake kwa kazi maalum ya kuwakomboa watu wa Mungu kutoka utumwani. Mungu alimlinda na kumtengeneza katika hali mbalimbali za maisha, akimtayarisha kwa ajili ya jukumu hili. Ni katika umri wa miaka 80 tu kwamba Mungu alimpa uteuzi wake.

Wito wa mtume Paulo ulifanyika kabla ya kuteuliwa kwake. Fikiria kile alichowaambia Wagalatia:

15. Lakini Mungu, aliyenitenga tangu tumboni mwa mama yangu, akaniita kwa neema yake,16 alipoona vema kumdhihirisha Mwanawe ndani yangu, ili niwahubiri Mataifa habari zake; mara sikufanya shauri na watu wenye mwili na damu;(Wagalatia 1)

Kulingana na Wagalatia 1:15, Paulo alitengwa akiwa mtume tangu tumbo la uzazi la mama yake. Uteuzi wake haukufanyika mpaka alipomjua Bwana Yesu. Kabla ya kupata ufahamu wa wito wake, Paulo alitaka kuharibu kazi ya Mungu. Licha ya hayo, hata hivyo, mkono wa Mungu ulikuwa juu yake. Aliumbwa tangu kuzaliwa na Mungu kwa ajili ya huduma maalum sana.

Watumishi wa Mungu wanazaliwa, kwanza, katika akili ya Mungu. Kisha wanatengwa tumboni mwa mama zao na, kwa mda huo, basi wamechaguliwa na Mungu, wakawekwa rasmi kwa huduma ambayo wamefanyizwa katika maisha yao yote. Mwito wa Yeremia haukuhusiana na uwezo wake wa asili au mielekeo yake. bali Ilikuwa ni kwa kusudi la Mungu kabla ya kuzaliwa kwake. Nini kusudi la Mungu kwa maisha yako?

Yakuzingatia:

Mungu alimjua Yeremia kabla ya kuzaliwa kama vile mchoraji anavyojua akilini mwake kile atakachochora, au mfinyanzi anajua kusudi la kufinyanga udongo. Je, hii inakuambia nini kuhusu maisha yako?

Je, tunajifunza nini hapa katika wito wa Yeremia kuhusu jinsi Mungu alivyomlinda na kumweka kwa kusudi alilokuwa nalo kwa maisha yake? Je, umeona ushahidi maishani mwako wa jinsi Mungu alivyoshughulikia mazingira ili kukutayarisha kwa kazi aliyokuwa nayo kwa maisha yako?

Yeremia aliitwa si kwa sababu ya uwezo wake wa asili, bali kwa sababu Mungu alikuwa na mpango kwa ajili yake kabla hajazaliwa. Kwa maneno mengine, wito wa Mungu unahusu zaidi kusudi lake kuliko uwezo wetu. Je, hii inatufundisha nini kuhusu chanzo cha nguvu na hekima yetu?

Wito wa Mungu ni upi juu ya maisha yako? Je, unaweza kuingia katika wito huo, ukijua kwamba Mungu anaweza kukutumia si kwa sababu ya uwezo wako bali kwa sababu ya kusudi lake?

Kwa Maombi:

Mshukuru Bwana kwamba ulizaliwa si kwa sababu ya uhusiano wa wazazi wako bali kama mtu ambaye alijulikana kwanza katika nia ya Mungu.

Mwambie Bwana huyo akufunulie kusudi lake. Mshukuru kwamba amekuwa akikulinda na kukutengeneza kwa ajili hiyo.

Mwombe Mungu akusaidie usitegemee uwezo wako bali uweza wake. Mshukuru kwamba Yeye sio tu anaita bali huwaandaa wote anaowaita kufanya kile ambacho amewapa kufanya

# SURA YA 3- MIMI NI MTOTO TU

*6 Ndipo niliposema, Aa, Bwana MUNGU! Tazama, siwezi kusema; maana mimi ni mtoto. 7 Lakini Bwana akaniambia, Usiseme, Mimi ni mtoto; maana utakwenda kwa kila mtu nitakayekutuma kwake, nawe utasema kila neno nitakalokuamuru. 8 Usiogope kwa sababu ya hao maana mimi nipo pamoja nawe nikuokoe, asema Bwana. 9Ndipo Bwana akaunyosha mkono wake, akanigusa kinywa changu; Bwana akaniambia, Tazama, nimetia maneno yangu kinywani mwako;10 angalia, nimekuweka leo juu ya mataifa na juu ya falme, ili kung'oa, na kubomoa, na kuharibu, na kuangamiza; ili kujenga na kupanda.*

Katika sura ya 2, tulichunguza mwito wa Yeremia kwenye huduma ya kinabii. Tazama jibu la nabii kwa wito huu:

*6 Ndipo niliposema, Aa, Bwana MUNGU! Tazama, siwezi kusema; maana mimi ni mtoto (Yeremia 1)*

Yeremia alihisi hafai. Jibu lake si la kawaida. Musa hakutaka kwenda Misri kwa sababu hiyo hiyo.

*11 Musa akamwambia Mungu, Mimi ni nani, hata niende kwa Farao, nikawatoe wana wa Israeli watoke Misri? (Kutoka 3)*

Mungu alipomwita Isaya, alijibu:

*5 Ndipo niliposema, "Ole wangu! Kwa maana nimepotea; kwa sababu mimi ni mtu mwenye midomo michafu, nami ninakaa kati ya watu wenye midomo michafu; na macho yangu yamemwona Mfalme, Bwana wa majeshi" (Isaya 6)*

Sikiliza hisia za Paulo za kutostahili wito wa Mungu katika maisha yake:

*8 Na mwisho wa watu wote, alinitokea mimi, kama ni mtu aliyezaliwa si kwa wakati wake 9Maana mimi ni mdogo katika mitume, nisiyestahili kuitwa mitume, kwa sababu naliliudhi Kanisa la Mungu. (1 Wakorintho 15)*

Wanaume hawa wote walipata uzoefu wa Yeremia siku ambayo Mungu alimwita kuwa nabii. Hakuna hata mmoja wao aliyehisi kuwa anastahili au hata kuwa na uwezo wa kutimiza kusudi la Mungu. Ningethubutu kusema kwamba mtu yeyote anayejiona anastahili, anaweza asielewe asili ya mwanadamu.

Mungu anafurahia kuwachukua wanyonge wa dunia hii na kuwatuma kwa nguvu zake. Anawatayarisha wale anaowaita. Tazama jibu la Mungu kwa hisia ya Yeremia ya kutostahili:

*7 Lakini Bwana akaniambia, Usiseme, Mimi ni mtoto; maana utakwenda kwa kila mtu nitakayekutuma kwake, nawe utasema kila neno nitakalokuamuru. (Yeremia 1)*

"Yeremia," Bwana Mungu alisema, "hakuna udhuru. Utakwenda kwa wale nitakaokutuma kwao. Utawaambia kile nitakachokuambia kusema. Wewe ulizaliwa kwa hili. Hili ndilo kusudi lako katika maisha. " Nimekutana na watu ambao hawajatoka katika mwito wa Mungu kwa sababu walijiona hawafai au hawawezi. Kutostahili si kisingizio cha kutotii, wala kutokuwa na uwezo wetu. Hatupaswi kamwe kuogopa kile kinachoonekana kuwa kisichowezekana kwetu. Watu wengi sana hufanya tu kile wanachoweza kufanya kibinadamu na kuacha hapo. Mungu hajali uwezo wetu wa kibinadamu. Anatuweka katika hali ambazo ni kubwa kuliko sisi ili kutuonyesha uwezo wake. Tutaelewaje uwezo wa Mungu ikiwa tu tutafanya kile tunachojua tunaweza kufanya kwa nguvu zetu. Mungu alikuwa akimwita Yeremia kwa kazi ambayo ilikuwa kubwa kuliko yeye mwenyewe. Hata hivyo, ili kutuliza wasiwasi wa Yeremia, Mungu anamhakikishia mambo mawili muhimu.

Kwanza, Mungu alimwambia Yeremia katika mstari wa 8:

*8 Usiogope kwa sababu ya hao maana mimi nipo pamoja nawe nikuokoe, asema Bwana*

Mungu aliahidi kumlinda Yeremia. Kungekuwa na upinzani kwa ujumbe wake, lakini Yeremia hangekuwa peke yake. Mungu angekuwa pamoja naye na kumkomboa kutoka kwa watu wenye hasira waliomshambulia. Mungu hakuahidi kwamba mambo yangekuwa rahisi kwa nabii huyo. Watu hawangependezwa na mambo ambayo Yeremia aliwaambia. Wangetafuta kumdhuru. Hata hivyo, Mungu hangemwacha nyakati hizo. Yeremia angehakikishiwa ulinzi wa Mungu alipokuwa akishambuliwa.

Ni mara ngapi watu wa Mungu walitaka kumpiga Musa mawe? Mungu alimtoa kila wakati. Daudi alikimbia kutoka kwa wale waliokataa ufalme wake na kutafuta maisha yake, lakini Mungu alimlinda na upanga wao. Mtume Paulo na Petro walipigwa mawe na kuwekwa gerezani. Ikiwa Bwana angekuwa na kazi kwa ajili yao ya kufanya, hata hivyo, hakuna mtu ambaye angeweza kuwazuia kutoka katika kazi hiyo. Bwana, anayeita, huwalinda wale anaowaita hadi wamekamilisha kusudi lake. Mungu alimwambia Yeremia:

> 20 Nami nitakufanya kuwa kama ukuta wa boma la shaba juu ya watu hawa; nao watapigana nawe; lakini hawatakushinda; maana mimi nipo pamoja nawe, ili nikuokoe, na kukuponya, asema Bwana. 21Nami nitakuokoa na mkono wa watu wabaya, nami nitakukomboa katika mkono wao wenye kutisha. (Yeremia 15)

Mungu aliahidi kumtia nguvu Yeremia dhidi ya mashambulizi yote ya adui. Wale waliomsikia wangepigana naye, lakini Mungu angemzingira nabii huyo kwa ukuta wa shaba. Watu waliompinga wasingeshinda. Mungu angemkomboa Yeremia kutoka kwa mashambulizi yao. Ingawa maisha hayangekuwa mazuri, nabii alihakikishiwa uwepo wa Mungu wa kumlinda na kumweka. Angeweza kutoka kwa ujasiri kusema neno ambalo Mungu alimpa.

Sio tu kwamba Yeremia alikuwa na ahadi ya ulinzi wa Mungu lakini ona ahadi nyingine ambayo Mungu alimpa nabii katika mstari wa 9:

> 9 Ndipo Bwana akaunyosha mkono wake, akanigusa kinywa changu; Bwana akaniambia, Tazama, nimetia maneno yangu kinywani mwako (Yeremia 1)

Ninaweza kufikiria kwamba Yeremia, alipokuwa akitafakari juu ya mwito wa Mungu wa kuwa nabii kwa mataifa, angejiuliza angesema nini. Hata hivyo, Mungu alimwambia Yeremia kwamba hilo halikuwa jambo lake. Mungu aliahidi kumpa maneno ambayo alitaka aseme. Yeremia alipaswa kushiriki tu kile ambacho Mungu aliweka kinywani mwake.

Mungu hakukana kwamba Yeremia alikuwa kijana tu. Alichosema nabii kilikuwa sahihi. Yeremia alikuwa kijana wakati wa kutumwa kwake. Alikosa nguvu, hekima na utambuzi. Hata hivyo, hata mtoto anaweza kutimiza mengi chini ya upako wa Mungu. Bila shaka hilo lilimpa Yeremia uhakika mkubwa sana. Angeweza kwenda kwa ujasiri na neno ambalo Bwana Mungu alikuwa amempa. Alihakikishiwa kwamba, alipokuwa akienda, mikono ya ulinzi ya Mungu ilimzunguka. Mungu angemlinda kwa upendo kutokana na mashambulizi ya adui. Ndiyo, alikuwa mtoto, lakini alikuwa mtoto aliyelindwa na kupewa vifaa na Mungu, na hilo lilileta tofauti kubwa. Angefaulu pale ambapo wanaume wengi wenye hekima na uzoefu walishindwa kwa sababu imani yake haikuwa katika uwezo wake bali kwa Mungu.

Yakuzingatia:

Je, Yeremia aliitikiaje mwito wa Mungu? Kwa maoni ya kibinadamu, je, Yeremia alikuwa na vifaa vya kutimiza kusudi la Mungu?

Je, kuna yeyote kati yetu anayestahili wito ambao Mungu ameweka juu ya maisha yetu? Je, umewahi kumwasi Mungu kwa sababu ulijiona hufai au huna uwezo wa kufanya kile alichokuomba ufanye?

Je, tunapaswa kuogopa kuwekwa katika hali ambayo kibinadamu ni ngumu sana kwetu?

Ahadi mbili za Mungu kwa Yeremia zilikuwa zipi? Je, ahadi hiyo pia ni kwa wote walioitwa na Mungu leo?

Je, tunaweza kutimiza wito wetu kwa nguvu na hekima zetu? Nini kilikuwa chanzo cha maneno ya Yeremia? Ni nini chanzo cha uwezo wetu, riziki na hekima? Je, unamwamini Mungu kwa kile unachohitaji?

Kwa Maombi:

Mshukuru Bwana kwa kuwa huwaandaa wale anaowaita kufanya kazi aliyowapa.

Mwombe Bwana akupe ujasiri kwamba sio tu kwamba atakupa yote unayohitaji, lakini pia atakulinda na kukuweka unapotembea katika utii wa wito wake juu ya maisha yako.

Omba neema ya kumwamini Mungu kwa hitaji lako. Mwambie akusamehe kwa nyakati ambazo umejaribu kutekeleza wito wako kwa nguvu na hekima ya kibinadamu.

Mwombe Bwana akupe maana ya kina zaidi ya wito wake juu ya maisha yako. Omba ujasiri wa kuondoka hata wakati unahisi kuwa haufai na haufai.

# SURA YA 4- ISHARA MBILI

*11 Tena neno la Bwana likanijia, kusema, "Yeremia, waona nini?" Nikasema, "Naona ufito wa mlozi." 12 Ndipo Bwana akaniambia, "Umeona vema, kwa maana ninaliangalia neno langu, ili nilitimize."*

*13 Neno la Bwana likanijia mara ya pili, kusema, "Waona nini?" Nikasema, "Naona sufuria lenye maji yatokotayo, na mdomo wake unaelekea toka upande wa kaskazini." 14 Ndipo Bwana akaniambia, Toka kaskazini mabaya yatatokea, na kuwapata watu wote wakaao katika nchi hii. (Yeremia 1)*

Kabla ya kumtuma Yeremia na neno Lake, Mungu alimpa ishara mbili. Ishara hizi zilikusudiwa kumtia moyo na kumpa hisia ya uharaka katika kazi ambayo alikuwa ameitiwa. Ishara hizi zilimjia Yeremia kwa namna ya maono.

## Ufito Wa Mlozi

Ishara ya kwanza kati ya hizo mbili ilikuwa ufito wa mlozi.

*11 Tena neno la Bwana likanijia, kusema, "Yeremia, waona nini?" Nikasema, "Naona ufito wa mlozi." 12 Ndipo Bwana akaniambia, "Umeona vema, kwa maana ninaliangalia neno langu, ili nilitimize." (Yeremia 1)*

Ni nini kilikuwa cha pekee kuhusu ufito wa mlozi? Je, Bwana alikuwa anamwambia Yeremia nini kupitia picha hii? Kuna angalau majibu matatu yanayowezekana.

Katika cha Hesabu 16, tunasoma hadithi ya uasi wa Kora. Kora na wafuasi wake walianza kuwashutumu Musa na Haruni kwa uongozi wao katika taifa la Israeli. Ingawa Mungu alikuwa amemchagua Musa na Haruni kuwa viongozi, Kora na wafuasi wake waliona pia walikuwa na haki ya kuchukua nafasi hiyo. Bwana alimuua Kora kwa ajili ya uasi wake, lakini kutoridhika kwake kulifaulu kuchochea mkanganyiko katika akili za watu dhidi ya uongozi wa Haruni.

Musa na Haruni walimtafuta Bwana kujua la kufanya kuhusu hali hii ya wasiwasi katika kambi ya Israeli. Bwana aliwaambia waamuru kila kabila kuleta tawi na kuliweka mbele yake. Kisha Bwana angefunua kuhani wake mteule kupitia matawi haya. Haruni akaleta ufito wamlozi. Musa aliporudi siku iliyofuata, aligundua kwamba tawi la Haruni lilikuwa limechipuka na kutoa mlozi.

*8 Ilikuwa siku ya pili yake, Musa akaingia ndani ya hema ya ushahidi; na tazama, ile fimbo ya Haruni iliyokuwa kwa nyumba ya Lawi ilikuwa imechipuka, imetoa michipukizi, na kuchanua maua; na kuzaa malozi mabivu. (Hesabu 17)*

Ilikuwa kwa njia hii kwamba Bwana alithibitisha kwa watu wake kwamba Haruni alikuwa kuhani wake mteule.

Waebrania 9:4 inatuambia kwamba tawi hili la mlozi liliwekwa ndani ya Sanduku la Agano kama ukumbusho wa kudumu kwa watu kwamba Bwana alikuwa amemchagua Haruni na wazao wake kuwa wawakilishi wake. Je, Mungu, kwa kuonyesha tawi hili la mlozi kwa Yeremia, alikuwa akimhakikishia kwamba yeye pia alikuwa mwakilishi Wake?

Maana ya pili inayowezekana ya ishara hii inapatikana katika lugha ya Kiebrania. Mungu alimwambia Yeremia amwambie kile alichokiona katika maono. Yeremia alijibu kwa kumwambia Bwana kwamba aliona mlozi. Neno la Kiebrania la mlozi ni "saqed." Bwana alijibu kwa kusema: "Naliangalia neno langu ili nilitimize (mstari wa 12) Neno la Kiebrania la kuchunga ni "saqad."

Wafasiri wengi wanaamini kuwa kuna mchezo wa maneno katika aya hii ("saqed" (mlozi) na "saqad" (tazama) Mungu alipotoa neno lake, aliliangalia. Yote aliyosema yatatimia. Je, inawezekana. kwamba Mungu alikuwa akitoa maana mpya kwa ishara ya tawi la mlozi kwa sababu ilisikika kama neno la Kiebrania linalomaanisha 'kulinda?' Kila Yeremia alipoona mlozi, angekumbuka kwamba Mungu hangesita kufanya yote aliyosema. Mara nyingi angehitaji ukumbusho huu katika huduma yake.

Ni lazima tutambue, tatu, kwamba mlozi ulikuwa mmoja wa miti ya kwanza kuchipua katika nchi ya Israeli. Kwa maana nyingi, ilikuwa ukumbusho kwamba Mungu angefanya kile Alichosema bila kukawia. Kama vile mlozi ulivyokuwa upesi kuchanua, ndivyo Mungu angetimiza neno lake bila kukawia.

Hata tawi la mlozi lilikuwa na maana gani, ni hakika kwamba lilikusudiwa kumpa Yeremia ujasiri. Angeweza kwenda kwa ujasiri kwamba Mungu alimwita kunena neno ambalo halitachelewa kutimia.

Sufuria Ya Kuchemka

Ishara ya pili ambayo Bwana alimpa Yeremia ni ile ya sufuria inayochemka.

*13 Neno la Bwana likanijia mara ya pili, kusema, "Waona nini?" Nikasema, "Naona sufuria lenye maji yatokotayo, na mdomo wake unaelekea toka upande wa kaskazini." 14 Ndipo Bwana akaniambia, Toka kaskazini mabaya yatatokea, na kuwapata watu wote wakaao katika nchi hii. (Yeremia 1)*

Ona kwamba chungu hiki cha kuchemsha kilikuwa kinainama kutoka kaskazini. Wakati yaliyomo ya kuchemsha yalipanda, yangemwagika kuelekea kusini. Ni nini kilikuwa kwenye sufuria? Ilikuwa ni ghadhabu ya Mungu dhidi ya watu wake. Adui mkubwa angetoka kaskazini ili kumeza watu wa Mungu. Wakati wowote, hasira hii inaweza kumwagika kando na kuja kuwamwagikia watu wa Mungu. Hiki kilikuwa kichocheo chenye nguvu kwa Yeremia kwenda haraka na neno la Mungu. Picha ya chungu hicho kinachochemka kingekuwa na uvutano mkubwa juu ya Yeremia na ujumbe wake.

Mungu alipomtuma Yeremia, alimtuma na maono yaliyochoma ndani ya moyo na akili yake. Yeremia alikuwa chombo kilichochaguliwa kuleta neno la Mungu kwa watu wake. Mungu alikuwa akiliangalia neno hili ili alitimize. Neno hili lilikuwa neno la onyo juu ya hatari kubwa iliyowangojea watu wake. Yeremia alihitaji kwenda. Watu walihitaji kujua. Maneno yake yalikuwa ya muhimu sana. Hakuweza kuwaangusha watu wake. Hangeweza kumwacha Mungu wake.

Yakuzingatia:

Kwa nini unadhani Mungu alimpa Yeremia ishara mbili? Ishara hizi zingekuwa na maana gani kwa nabii? zingemtia moyo na kumwelekezaje Yeremia katika huduma yake?

Ufito wa mlozi ulimaanisha nini kwa Yeremia? Kwa nini ilikuwa muhimu kwamba nabii aelewe kwamba Mungu hatasita kutimiza ahadi Zake au kutimiza neno Lake?

Je, una uhakika gani na ahadi za Mungu? Je, umewahi kujiuliza kama Mungu atakuwa mwaminifu kwa neno Lake?

Chungu kilicho chemka kilimthibitishia Yeremia kwamba hukumu ya Mungu ilikuwa inakuja kwa taifa la Israeli. Je, hukumu hiyo inakuja kwa nchi yetu au watu wa familia yako? Je, picha hii inakuletea changamoto gani wewe binafsi?

Kwa Maombi:

Mshukuru Bwana kwa ujasiri tunaoweza kuwa nao katika Neno Lake. Mshukuru kwa uhakikisho kwamba atatimiza yote anayoahidi.

Mwombe Bwana akusamehe kwa nyakati ambazo umetilia shaka neno lake na ahadi zake.

Je, una wapendwa walio chini ya hukumu ya Mungu? Mwombe Bwana akuonyeshe jinsi unavyoweza kuwa mfano kwao na kuwaelekeza kwenye msamaha unaotolewa katika Kristo.

# SURA YA 5- MANENO YA MOTO MIONGONI MWA WATU WALIOGEUKA KUNI

*14 Kwa sababu hiyo Bwana, Mungu wa majeshi, asema hivi, Kwa sababu mnasema neno hili, tazama, nitafanya maneno yangu katika kinywa chako kuwa moto, na watu hawa kuwa kuni, nao moto utawala. (Yeremia 5)*

Je, umewahi kuwa na ujumbe mgumu kuwasilisha kwa rafiki? Nazungumzia moja ya jumbe hizo ambazo zinahatarisha kumsababishia maumivu makali; moja ambayo ulitamani uipuuze. Wito wa Yeremia ulikuwa mgumu. Mungu alimwambia nabii kwamba maneno yake yatakuwa kama moto kati ya watu wa kuni. Matokeo yalikuwa dhahiri. Maneno yake yangeudhi na kuumiza. Yeremia angetengeneza maadui wengi kwa sababu ya yale aliyohubiri. Alitangaza ujumbe wa kukatisha tamaa na maangamizi. Maneno yalikuwa makali. Nabii hangepokelewa vyema.

Je, Yeremia aliwaambia watu nini kilichosababisha upinzani huo? Katika sura ya kwanza hadi ya sita, tunasoma kwamba Yeremia alitangaza ujumbe wenye sehemu mbili. Kwanza, aliwaonyesha watu jinsi Mungu alivyowaona. Pili, alitabiri juu ya kile ambacho Mungu atawafanyia kwa sababu ya kile alichoona ndani yao.

## Jinsi Mungu Alivyowaona Watu Wake

Katika Yeremia 2:20, Mungu alilinganisha watu wake na wazinzi wasio na kizuizi cha maadili:

> 20 "Kwa maana tangu zamani wewe umeivunja nira yako, na kuvipasua vifungo vyako; ukasema, 'Mimi sitatumika.' kwa maana juu ya kila kilima kirefu, na chini ya kila mti wenye majani mabichi, umejiinamisha, ukafanya mambo ya ukahaba. (Yeremia 2)

Israeli, hata hivyo, haikuwa kama kahaba wa kawaida. Mungu aliendelea kumfananisha na punda mwitu katika joto. Wale wanaomtafuta hawangekuwa na shida yoyote ya kumpata. Alijitolea kwa wote waliomtaka:

> 24. *punda wa mwitu aliyeizoelea nyika, avutaye pumzi za upepo katika tamaa yake; katika wakati wake ni nani awezaye kumgeuza? Wote wamtafutao hawatajichokesha nafsi zao; katika mwezi wake watamwona. (Yeremia 2)*

Mungu aliwaona watu wake kama wale waliovunja sheria yake na kubishana naye kuhusu Kusudi Lake:

> 29 "Mbona mnataka kuteta nami? Ninyi nyote mmeniasi, asema Bwana. (Yeremia 2)

Alilinganisha Israeli na mke asiye mwaminifu ambaye alimwacha mumewe na kutafuta wapenzi wengine:

> 1 "Watu husema, Mtu akimwacha mkewe, naye akienda zake, akawa mke wa mtu mwingine, je! Mtu huyo atamrudia tena? Je! Nchi hiyo haitatiwa unajisi? Lakini wewe umefanya mambo ya

*ukahaba na wapenzi wengi; nawe, je! Utanirudia mimi? Asema Bwana. (Yeremia 3)*

Walikuwa watoto wapumbavu na wasio na akili.

*22 "Kwa maana watu wangu ni wapumbavu, hawanijui; ni watoto waliopungukiwa na akili, wala hawana ufahamu; ni wenye akili katika kutenda mabaya, bali katika kutenda mema hawana maarifa." (Yeremia 4)*

Walikuwa wamemuasi Mwenyezi Mungu na kumuacha:

*23 Lakini watu hawa wana moyo wa kuasi na ukaidi; wameasi, wamekwenda zao. (Yeremia 5)*

Mungu watu walikua wanene kwa kuwaonea raia wenzao. Uovu wao haukuwa na mipaka. Hawangefanya chochote ili kujitajirisha, hata kwa kuwahatarisha yatima na wahitaji.

*28Wamewanda sana, wang'aa; naam, wamepita kiasi kwa matendo maovu; hawatetei madai ya yatima, ili wapate kufanikiwa; wala hawaamui haki ya mhitaji. (Yeremia 5)*

Manabii katika Yuda na Israeli walisema uwongo, na watu walifurahia uwongo huo. Walipendelea uwongo kuliko ukweli.

*31 Manabii wanatabiri uongo, na makuhani wanatawala kwa msaada wa hao; na watu wangu wanapenda mambo yawe hivyo. Nanyi mtafanya nini mwisho wake? (Yeremia 5)*

Watu wa Mungu hawakutaka kujihusisha na kweli ya Neno Lake. Walilichukulia neno la Bwana kama "kitu cha kudharauliwa."

*10 Niseme na nani na kushuhudia, wapate kusikia? Tazama, sikio* lao halikutahiriwa, wala hawawezi kusikiliza; tazama, neno la Bwana limekuwa matukano kwao; hawalifurahii. (Yeremia 6)

Hawakuona aibu kwa ajili ya matendo yao maovu; hawakujua hata kuona haya:

*15 Je! Walitahayarika, walipokuwa wameunda machukizo? La, hawakutahayarika hata kidogo, wala hawakuweza kuona haya usoni; basi, wataanguka miongoni mwa hao waangukao; wakati nitakapowajilia wataangushwa chini, asema Bwana.(Yeremia 6).*

Nini maoni yako watu wanapokukosoa? Hata ikiwa tunajua kwamba wanachosema ni sahihi, mara nyingi hatuthamini shutuma zao. Lawama hizi zinapoongezeka, majibu yetu huwa makali zaidi. Je, si rahisi kuona kwamba wale waliomsikia Yeremia hawangefurahishwa na ujumbe wake? Maneno yake yalichoma kweli.

*Kile Mungu Alikuwa Anaenda Kufanya*

Sehemu ya pili ya ujumbe wa Mungu kupitia Yeremia ilihusiana na yale ambayo angewafanyia watu wake. Sura ya kwanza hadi ya sita imejaa maelezo ya kile ambacho kingetokea kwa taifa hili lililoasi. Hebu tuangalie kwa ufupi vifungu viwili vinavyofupisha maneno ya Mungu kupitia Yeremia:

*23 Naliiangalia nchi, na tazama, ilikuwa ukiwa, haina watu; naliziangalia mbingu, nazo zilikuwa hazina nuru.24 Naliiangalia milima, na tazama, ilitetemeka, na milima yote ilisogea huko na huko. 25 Nikaangalia, na tazama, hapakuwa na mtu hata mmoja, na ndege wote wa angani wamekwenda zao.26 Nikaangalia, na tazama, shamba lililozaa sana limekuwa ukiwa, na miji yake yote ilikuwa imebomoka mbele za Bwana, na mbele za hasira yake kali. (Yeremia 4)*

Katika mistari hii, Yeremia aliwaambia watu wake mambo aliyoona katika wakati wao ujao. Aliona wakati ujao wa giza. Aliona milima ikitetemeka na vilima vikisonga kwa nguvu za tetemeko hilo. Hakuona mtu na ulimwengu ambao ndege walikimbilia. Alieleza juu ya jangwa lenye miji iliyoharibiwa kabla ya hasira kuu ya Mwenyezi-Mungu. Unabii wake ulikuwa ni picha ya ukiwa. Nchi ya "maziwa na asali" ilikuwa imekuwa jangwa tupu, giza na tame kwa sababu ya hasira ya Bwana.

Acheni tuchunguze mfano mwingine wa yale ambayo Yeremia alihubiri. Sikiliza maneno yake katika Yeremia 5:

*15 Angalia, nitaleta taifa juu yenu litokalo mbali sana, Ee nyumba ya Israeli, asema Bwana; ni taifa hodari, ni taifa la zamani sana, taifa ambalo hujui lugha yake, wala huyafahamu wasemayo. 16 Podo lao ni kaburi wazi, ni mashujaa wote pia. 17 Nao watakula mavuno yako, na mkate wako, ambao iliwapasa wana wako na binti zako kuula; watakula makundi yako ya kondoo na ya ng'ombe; watakula mizabibu yako na mitini yako; wataiharibu miji yako yenye boma, uliyokuwa ukiitumainia, naam, wataiharibu kwa upanga.." (Yeremia 5)*

Yeremia alitabiri juu ya taifa linalokuja kutoka kaskazini kumeza nchi za Israeli na Yuda. Jeshi hili lingeharibu mashamba na mifugo, likiwaua wana na binti zao, na kuchukua miji yao.

Mungu alimtuma Yeremia kwa maneno ya moto kwa watu wa kuni. Maneno haya hayakupokelewa vyema. Aliitwa kuhubiri ujumbe ambao ungemletea maadui wengi. Haikuwa huduma rahisi. Tunaweza tu kumstaajabia mtu ambaye alikuwa tayari kujitolea kwa ajili ya Mola wake Mlezi. Akiwa ameimarishwa na Bwana, hata hivyo, Yeremia angekuwa mwaminifu katika kuhubiri jumbe kama hizo kwa miaka arobaini.

Kwa kuzingatia:

Je, Mungu anatuita kila mara kuwasilisha ujumbe wa furaha kwa watu wake? Je, unaweza kusema ukweli wa Mungu hata wakati unauma?

Je, ni rahisi vipi kuepuka jumbe hizo ngumu na kuzungumza jumbe ambazo zitatufanya marafiki?

Unafikiri Mungu anaionaje jamii yako? Unafikiri Mungu angesema nini kuhusu kanisa lako? Je, ni dhambi zipi zilizofichwa chini?

Je, kuna ushahidi wa utasa na hukumu ya Mungu juu ya jamii au kanisa lako? Ushahidi huu ni nini?

Je! Ujumbe wa Yeremia unatufundisha nini kuhusu jamii au kanisa linalogeuka kutoka kwa Mungu na Neno Lake? Je, kuna tumaini gani kwa jumuiya au kanisa kama hilo?

Kwa Maombi:

Mwombe Bwana akupe neema ya kuishi kwa ajili yake, hata kama kufanya hivyo ni vigumu na ni changamoto.

Mwombe Bwana auchunguze moyo wako aone kama kuna njia yoyote ya kuudhi ndani yake. Omba nguvu ya kutubu na kugeuka kutoka kwenye dhambi yoyote Anayoweza kufichua.

Je! unawajua watu wanaomwasi Bwana? Chukua muda sasa kumwomba Mungu awasamehe na kuwaleta katika ushirika na yeye mwenyewe.

Chukua muda kuomba dhidi ya dhambi katika jamii yako. Mwambie Mungu ayavunje maovu haya na kuleta amani na afya yake kwa jamii yako tena.

# SURA YA 6- HEKALU LA BWANA

*8 "Angalieni, mnatumainia maneno ya uongo, yasiyoweza kufaidia. 9Je! Mtaiba, na kuua, na kuzini, na kuapa kwa uongo, na kumfukizia Baali uvumba, na kuifuata miungu mingine ambayo hamkuijua; 10 kisha mtakuja na kusimama mbele zangu katika nyumba hii, iitwayo kwa jina langu, na kusema, Tumepona; ili mpate kufanya machukizo hayo yote? 11 Je! Nyumba hii, iitwayo kwa jina langu, imekuwa pango la wanyang'anyi machoni penu? Angalieni, mimi, naam, mimi, nimeliona jambo hili, asema Bwana. 12Lakini enendeni sasa hata mahali pangu palipokuwapo katika Shilo, nilipolikalisha jina langu hapo kwanza, mkaone nilivyopatenda kwa sababu ya uovu wa watu wangu Israeli.*

*(Yeremia 7)*

Mara nyingi tunasikia kuhusu matatizo ya watu wengine lakini hatufikirii kwamba wakati ujao inaweza kuwa sisi. Tunahisi kuwa hatuwezi kuathiriwa. Hakuna kitu kinachoweza kutokea kwetu. Inapotokea, hata hivyo, inatushangaza. Hivi ndivyo watu wa Mungu walivyohisi. Walikuwa na hisia ya uwongo ya usalama. Hakika, walikuwa wenye dhambi, lakini pia walikuwa watu wateule wa Mungu. Hawangeweza kufikiria kwamba Mungu angewaacha. Hakika katika wakati wao wa uhitaji, Angekuwa daima kuwakomboa.

Je! Angewezaje kuruhusu adui kuwashinda? Tunasikia ujumbe huu leo. Watu wamekuwa salama sana katika upendo wa Mungu, hata wanashindwa kutambua kwamba Yeye pia ndiye mwamuzi wao. "Mungu wa upendo hawezi kamwe kutupeleka kuzimu," wanasema na kuendelea katika dhambi zao bila wasiwasi au wasiwasi juu ya maisha yao ya baadaye. Mungu alimwita Yeremia aseme wazi dhidi ya dhana hii potofu.

Kwa sababu ya imani yao, watu wa Mungu waliishi bila kujali. Sikiliza maneno ya Bwana kwa watu wake katika Yeremia 7:

> 9Je! Mtaiba, na kuua, na kuzini, na kuapa kwa uongo, na kumfukizia Baali uvumba, na kuifuata miungu mingine ambayo hamkuijua; 10 kisha mtakuja na kusimama mbele zangu katika nyumba hii, iitwayo kwa jina langu, na kusema, Tumepona; ili mpate kufanya machukizo hayo yote? (Yeremia 7)

Bwana aliwashtaki watu wake kwa makosa mengi mazito katika Yeremia 7. Waliua, wakafanya uzinzi, wakatoa matamko ya uongo na kuabudu miungu ya kipagani. Haya yalikuwa makosa ya kuadhibiwa kwa kifo chini ya sheria ya Musa. Hata hivyo, ona kwamba licha ya uhalifu huu wa kutisha, watu bado walikuja hekaluni wakiwa na hisia salama katika uhusiano wao na Mungu. "Tumekabidhiwa!" walitangaza. "Mungu hahesabu dhambi zetu dhidi yetu." Kwa hivyo, wangeondoka hekaluni kurudia uhalifu uleule. Hapakuwa na huzuni juu ya dhambi zao. Mioyo yao ilikuwa migumu na yenye kuasi. Walitoa matoleo yao kwa Mungu lakini hawakuwa na nia ya kubadilisha matendo yao ya dhambi.

Yeremia aliwaonya watu wake dhidi ya tabia hiyo. Aliwakumbusha juu ya mji wa Shilo na kile Mungu alichoufanyia kwa sababu ya uovu wa watu wake:

12 *Lakini enendeni sasa hata mahali pangu palipokuwapo katika Shilo, nilipolikalisha jina langu hapo kwanza, mkaone nilivyopatenda kwa sababu ya uovu wa watu wangu Israeli. (Yeremia 7)*

Katika Yoshua 18:1, Israeli walisimamisha maskani ya Mungu huko Shilo. Wazazi wa Samweli waliabudu katika hema hii (1 Samweli 3:1). Sanduku la Agano pia lilikuwa huko Shilo katika siku hizo (1 Samweli 4:3).

Wakati Wafilisti walipowashinda Israeli katika 1 Samweli 4, Waisraeli walikwenda Shilo kuchukua Sanduku la Agano. Waliamini kwamba kuwa nao kungewahakikishia ushindi juu ya Wafilisti. Walielewa kuwa uwepo wa Bwana ulikuwa juu ya Sanduku.

Sanduku la Agano likiwa katikati yao, Waisraeli walikabiliana na Wafilisti kwa ujasiri katika vita. Kilichotokea si kile walichotarajia. Wanajeshi elfu thelathini wa Israeli walikufa. Makuhani waliokuwa wamepeleka Sanduku kwenye kambi ya Waisraeli walipoteza maisha yao, na Wafilisti wakateka Sanduku hilo. Haikuwa kamwe kuingia akilini mwa Waisraeli kwamba Mungu angewaacha hivyo. Walihisi salama kwa kuwa na Sanduku katikati yao, lakini walivunjika moyo.

Yeremia alikuwa na ujumbe wenye nguvu kwa watenda-dhambi wa siku zake ambao waliabudu kwa ukawaida hekaluni. Mko chini ya hukumu ya Mungu, aliwaambia. Ndiyo, unaomba na kumletea Mungu sadaka zako, lakini moyo wako hauko sawa naye. Ninyi mnaosimama mbele ya madhabahu ni wauaji, wazinzi, waongo na waabudu miungu ya uongo. Mungu anaona njia zako mbaya. Anajua mawazo yako ya dhambi. Je, unafikiri kwamba unaweza kutoa mwana-kondoo, na yote yatakuwa sawa wakati moyo wako haujatubu? Je, unaamini kwamba Mungu atakubali dhabihu yako wakati huna nia ya kubadili njia zako?

Yeremia aliwakemea waabudu waliokuja hekaluni. Aliwapinga hao "watu wa kidini," akiwakemea kwa unafiki wao. Waliitikia vikali ujumbe wa Yeremia. Alikuwa tishio kwa mtindo wao wa maisha. Aliweka wazi dhambi zao. Walimchukia kwa hili.

Yeremia aliwaambia watu wa siku zake kwamba kama vile Mungu alivyoruhusu kushindwa na kutekwa kwa kitu kitakatifu zaidi cha Israeli—Sanduku la Agano huko Shilo, vivyo hivyo Hangesita kuwatuma maadui dhidi yao na hekalu la Yerusalemu. Moyo wao wa uasi na unafiki ulikuwa chukizo kwa Mungu.

Huu ulikuwa ujumbe muhimu sana. Watu wa Mungu walihisi salama katika njia zao mbaya. Walishindwa kuelewa hukumu ya Mungu. Yeremia alitangaza kwamba ghadhabu ya Mungu ingewashukia hivi karibuni. Alifanya maadui wengi kwa neno hili, lakini ukweli ulihitaji kusemwa.

Ya kuzingatia:

Watu wa Mungu waliamini katika ukweli kwamba walikuwa watu wateule wa Mungu ambao waliabudu kwenye hekalu. Waliamini kwamba ikiwa wangetenda dhambi, walichopaswa kufanya ni kutoa dhabihu, na kila kitu kingekuwa sawa lakini hawakuwa na nia ya kubadili njia zao. Je, mtazamo huu upo katika siku zetu?

Watu wa Israeli waliliona hekalu lao na Sanduku la Agano kuwa takatifu lakini walipoteza vyote kwa sababu ya uasi wao dhidi ya Mungu. Je, ni kitu gani tunachokiona kuwa kitakatifu katika maisha yako? Je, Mungu anaweza kulifunga kanisa lako? Je, anaweza kuchukua biashara yako kutoka kwako? Je, anaweza kukuondolea afya yako?

Je, ujumbe wa Yeremia, kama umeandikwa katika sura hii, ungepokelewaje katika siku zetu? Je, tunahitaji watu kama Yeremia, ambao hawaogopi kuwapinga "wanadini" wa siku zetu?

Kwa Maombi:

Mwombe Mungu akupe imani ya kweli inayogusa mawazo, matendo na mitazamo yako.

Mwambie Bwana alisafishe kanisa lako na kufichua chochote katika mioyo, mawazo na matendo ya washiriki wake ambacho hakileti utukufu kwa jina lake. Mwambie akufanyie vivyo hivyo.

Omba Mungu akupe ujasiri wa Yeremia kufanya kile anachokuita, iwe kinakufanya kuwa marafiki au maadui.

# SURA YA 7- MAPIGO HALISI

*19 Lakini mimi nalikuwa kama mwana-kondoo mpole, achukuliwaye kwenda kuchinjwa; wala sikujua ya kuwa wamefanya mashauri kinyume changu, wakisema, Na tuuharibu mti pamoja na matunda yake, na tumkatilie mbali atoke katika nchi ya walio hai, ili jina lake lisikumbukwe tena. 20 Lakini, Ee Bwana wa majeshi, uhukumuye haki, ujaribuye viuno na moyo, nijalie kuona kisasi chako juu yao; kwa maana nimekufunulia wewe neno langu. (Yeremia 11)*

Yeremia alitangaza ujumbe mkali kwa watu wa kidini wa siku zake. Alitangaza Neno la Mungu kwa uaminifu lakini akatengeneza maadui wengi. Labda katika hatua za mwanzo za mahubiri yake, nabii alitazamia mwitikio bora na kwa ujinga akadhani kwamba watu wangekubali zaidi. Muda si muda alifahamu, hata hivyo, kwamba haingekuwa hivyo. Mawazo haya yalipobadilika na kuwa ukweli, Yeremia alionyesha moyo wake kwa Mungu:

*19 Lakini mimi nalikuwa kama mwana-kondoo mpole, achukuliwaye kwenda kuchinjwa; wala sikujua ya kuwa wamefanya mashauri kinyume changu, (Yeremia 11)*

Katika Yeremia 11:19, nabii alijilinganisha na mwana-kondoo mpole anayepelekwa kuchinjwa. Mwana-kondoo huyu mkimya hakupigana kwa sababu hakujua ni nini kinakuja. "Sikujua ya kuwa walipanga hila juu yangu," alimwambia Bwana. "Niliingia katika huduma nikifikiri mambo yangekuwa sawa lakini nikagundua kwamba watu niliowahubiria walitaka kuniua."

Sikiliza mtazamo wa watu kwa Yeremia katika mstari wa 19:

*"Na tuuharibu mti pamoja na matunda yake, na tumkatilie mbali atoke katika nchi ya walio hai, ili jina lake lisikumbukwe tena."*
*(Yeremia 11)*

Watu wa mji wake walitaka kumkata Yeremia kama mti. Walitaka kuondoa kila ukumbusho wa kuwapo kwake duniani. Yeremia alithubutu kuwapinga na kufichua unafiki wao. Walimchukia kwa ajili ya hili kutosha kumuua.

Je, unafanya nini wakati ukweli mbaya wa wizara ngumu unapogonga? Angalia jibu la Yeremia katika mstari wa 20:

*20 Lakini, Ee Bwana wa majeshi, uhukumuye haki, ujaribuye viuno na moyo, nijalie kuona kisasi chako juu yao; kwa maana nimekufunulia wewe neno langu. (Yeremia 11)*

Katika Yeremia 11:20, nabii alikiri Mungu kama Bwana, "ahukumuye kwa haki." Raia wenzake walitaka kuchukua maisha yake. Walikuwa na watu upande wao ambao wangeweza kupotosha ukweli kwa niaba yao. Nabii alipata nafasi gani dhidi ya mfumo mbovu wa haki na watu waliomchukia? Faraja ya Yeremia katika siku hizi ilikuwa katika ukweli kwamba Mungu wake alikuwa Bwana wa majeshi. Alikuwa Mungu mwenye uwezo wote ambaye siku moja kila taifa duniani lingemsujudia. Mola wake alikuwa ni Hakimu ambaye hangeathiriwa na uwongo wa watu waovu. Alihukumu kwa uadilifu na ukweli. Alijua kwamba Yeremia hana hatia na angemtetea mbele ya umati uliotaka auawe. Nabii alipata faraja kubwa kwa Mola wake Mlezi.

Pili, Yeremia alielewa kwamba ingawa watu wa siku zake walitenda kwa hila, Bwana Mungu hatadanganywa na maneno na mabishano yao. Mungu wa Yeremia 'alijaribu moyo na akili. Kwa maneno mengine, Mungu wa Israeli, aliyesimama pamoja na Yeremia, angeona mawazo mabaya na nia ya wale waliotaka kumwangamiza. Mungu huyuhuyu alijua unyofu wa moyo wa Yeremia. Asingedanganywa na uwongo wa wale waliotafuta uhai Wake. Angehukumu kwa ukweli.

Mwisho, Yeremia alikabidhi jambo lake kwa Bwana. Alichagua kutochukua mambo mikononi mwake. Alitoa shida zake kwa Bwana na kumngojea ili kuona kile ambacho angefanya. Ukweli mkali ulipotokea, Yeremia alijua angeweza kumwamini Bwana kumtunza na kufanya lililo sawa.

Ni lazima tuone hapa kwamba ingawa nabii huyo alijibu kwa imani kubwa katika hukumu za uadilifu za Mungu katika sura ya 11, sura ya 12, tunaona jitihada zake za kuelewa njia za Mungu. Baada ya kukabidhi jambo lake kwa Bwana katika Yeremia 11, alilia katika Yeremia 12:

*1Wewe u mwenye haki, Ee Bwana, nitetapo nawe, lakini nitasema nawe katika habari ya haki. Mbona njia ya wabaya inasitawi? Mbona wote watendao hila wanakaa salama? 2 Umewapanda, naam, wametia mizizi, wanakua, naam, wanazaa matunda; katika vinywa vyao u karibu, bali katika mioyo yao u mbali. (Yeremia 12:1)*

Katika aya hizi, Mtume alimkumbusha Mungu kwamba wale

waliomwasi walipanda bustani zao na kuvuna mazao mengi. Mungu alikuwa mbali na mioyo yao, lakini walistawi. Yeremia hakuweza kuleta maana katika jambo hili. Kwa nini waovu walifanikiwa huku wanaume kama Yeremia wakiteseka kwa kufanya yaliyo sawa?

Kwa nini njia ya uovu inafanikiwa katika siku zetu? Kwa nini wale wanaomfuata Bwana hupata mateso na chuki huku udhalimu ukizidi kukubalika? Wanaume na wanawake, kote ulimwenguni, wamepoteza familia zao, mali, kazi, na hata maisha yao, kwa sababu walitafuta kuishi katika kweli ya Neno la Mungu. Iko wapi haki ya Mungu katika hili? Yeremia alichanganyikiwa. Kila kitu kilionekana nyuma. Wanadamu walilipwa kwa uovu na kuadhibiwa kwa kufanya wema.

Je, umewahi kuwa na nyakati ambapo hukuelewa njia za Bwana? Yeremia anatupa kielelezo wazi cha kufuata katika nyakati hizi. Anajibu kwa imani kwa kukabidhi njia yake kwa Bwana. Yeremia hana jibu, lakini anakataa kuruhusu kuchanganyikiwa kwake kumzuie kumtii Mungu na kumwamini.

Mungu hakumwacha Yeremia bila jibu. Ona kwamba Mungu alimkemea Yeremia kwa ajili ya malalamiko yake:

> 5*"Ikiwa umepiga mbio pamoja na hao waendao kwa miguu, nao wamekuchosha, basi wawezaje kushindana na farasi? Na ujapokuwa katika nchi ya amani u salama, lakini utafanyaje hapo katika kiburi cha Yordani? (Yeremia 12)*

Mungu alimkumbusha nabii, katika mistari hii, kwamba alikuwa na huduma muhimu zaidi kwa ajili yake. Kukataliwa aliokuwa akipata hapa kulikuwa kidogo ukilinganisha na yale yaliyokuwa mbele.

Yeremia alikuwa anashindana na wanaume sasa hivi, lakini Mungu alitaka ashindane na farasi. Yeremia alikuwa akiishi mahali pa starehe sasa hivi, lakini Mungu angempeleka kwenye vichaka vya Yordani. Haya yote yalikuwa yakimtayarisha Yeremia kwa kazi ya maana zaidi ambayo Bwana alikuwa nayo kwa ajili yake. Hatuwezi kushindana na farasi hadi tujifunze kukimbia na wanaume. Hatuwezi kufanikiwa kwenye kichaka hadi tuwe waaminifu kwa urahisi.

Mungu aliendelea kumkumbusha Yeremia kwamba ingawa haki yake haikuwa dhahiri wakati huo, bila shaka ingekuja:

*7 "Nimeiacha nyumba yangu, nimeutupa urithi wangu; nimemtia mpenzi wangu katika mikono ya adui zake. (Yeremia 12)*

*12 Watekao nyara wamepanda juu ya vilele vya milima katika nyika; kwa maana upanga wa Bwana utakula toka upande mmoja wa nchi hata upande wa pili wa nchi; hapana mwenye mwili atakayekuwa na amani. (Yeremia 12)*

Mungu alimkumbusha Yeremia katika mistari hii miwili kwamba hukumu ilikuwa imekuja. "Nimeiacha nyumba yangu ... waharibifu wamekuja," alimwambia nabii. Mungu alitangaza hukumu yake. Watenda maovu walikuwa chini ya hukumu ya kifo. Hatima yao iliamuliwa. Ni kweli kwamba Mungu aliwaruhusu miaka michache ya ufanisi, lakini siku ilikuwa inakaribia sana ambapo hukumu yake ingetekelezwa. Tayari maadui walikuwa wamekusanyika ili kuwashambulia wale waliotafuta uhai wa Yeremia.

Mungu alimwambia Yeremia kwamba hakuwa na sababu ya kuhoji hukumu yake. Wale waliofanikiwa katika siku zake walikuwa tayari wamehukumiwa. Jinsi ilivyo rahisi kwetu kuzingatia baraka za kimwili na ufanisi na kushindwa kutambua kwamba wale wanaoishi chini ya baraka hizi za muda wako chini ya laana ya Mungu.

Yeremia alipokabiliana na kukataliwa na kuchukiwa na watu wa siku zake, huku akiwa haelewi kile ambacho Mungu alikuwa akifanya, aliweka maisha yake mkononi mwa Bwana. Alimwamini Bwana kuhukumu kwa kweli. Mungu aliona vitisho vya adui za Yeremia. Hangewahukumu tu bali pia angetumia yale waliyomfanyia Yeremia ili kumtia nguvu na kumtayarisha kwa ajili ya huduma kubwa zaidi.

Ya kuzingatia:

Yeremia alikabili matatizo na kukataliwa katika huduma yake. Je, umewahi kuwa na matarajio yasiyo ya kweli yaliyovunjwa na ukweli?

Fikiria maombi ya Yeremia katika Yeremia 11:20. Je, inatufundisha nini kuhusu jinsi alivyokabiliana na mateso na kukataliwa katika huduma yake ya kinabii?

Mungu ametumiaje majaribu ili kukutia nguvu katika huduma yako?

Kwa Maombi:

Mwombe Mungu akusaidie kuwa na ufahamu wazi wa kusudi lake katika mapambano unayokabiliana nayo.

Mshukuru Bwana kwa kuwa anatumia chochote unachopitia ili kukutia nguvu kwa yale yaliyo mbele yako.

Omba Mungu akupe neema ya kukabidhi mapambano yako kwake bila kutafuta kisasi au kukasirika. Omba imani ya kumwamini kwa kile usichoweza kuelewa.

## SURA YA 8- MKANDA ULIOHARIBIKA

*1 Bwana akaniambia hivi, Enenda, ukajinunulie mshipi wa kitani, ukajivike viuno, wala usiutie majini. 2 Basi nikanunua mshipi sawasawa na neno la Bwana, nikajivika viunoni. 3 Nalo neno la Bwana likanijia mara ya pili, kusema, 4 Twaa mshipi ule uliounua, ulio viunoni mwako, kisha ondoka, enenda mpaka mto Frati, ukaufiche huko katika pango la jabali. 5 Basi nikaenda, nikauficha karibu na mto Frati, kama Bwana alivyoniamuru. 6 Hata ikawa, baada ya siku nyingi, Bwana akaniambia, Ondoka, enenda mpaka mto Frati, ukautwae ule mshipi, niliokuamuru kuuficha huko. 7 Ndipo nikaenda mpaka mto Frati, nikachimba, nikautwaa ule mshipi katika mahali pale nilipoificha; na tazama, mshipi ulikuwa umeharibika, haukufaa tena kwa lo lote. 8 Ndipo neno la Bwana likanijia, kusema, 9 Bwana asema hivi, Jinsi iyo hiyo nitakiharibu kiburi cha Yuda, na kiburi kikuu cha Yerusalemu.*

(Yeremia 13)

Akiwa nabii wa Mungu, Yeremia alinena neno la Bwana, lakini pia kulikuwa na nyakati ambapo Bwana alimwita ili kutekeleza ujumbe wake. Tunao mfano wa hili katika Yeremia 13:1. Katika mstari huu, Bwana alimwomba nabii kununua nguo ya kitani na kuivaa kiunoni mwake. Angalia katika mstari wa 1 kwamba kiuno hiki hakikupaswa kugusa maji. Kwa maneno mengine, Yeremia hakupaswa kuiosha kamwe.

Yeremia alinunua kitambaa hiki na kuivaa. Hatuelezwi ni muda gani Yeremia alivaa mkanda huu. Alipoivaa, hata hivyo, vumbi na uchafu wa maisha yake ya kila siku ulianza kujilimbikiza juu yake na kuifanya kuwa chafu. Nguo hii chafu ya kiunoni haikumletea furaha tena. Badala ya kuwa kitu ambacho kiliongeza sura yake, kwa sababu ya uchafu wake, ilikuwa inamletea aibu tu. Hapo ndipo neno la Bwana lilipomjia Yeremia mara ya pili (mstari wa 3).

Katika mstari wa 4, Bwana alimwamuru Yeremia kwenda kwenye Mto Frati na kuficha kiuno chake katika ufa wa mwamba. Mto Frati ulikuwa karibu kilomita 800 (maili 500) kutoka Yerusalemu. Haijulikani ni wapi Yeremia alikuwa wakati wa ufunuo huu kutoka kwa Bwana, lakini inaweza kuwa ilihitaji kiasi kikubwa cha muda na juhudi kusafiri hadi eneo hili kwa utii kwa Bwana.

Siku nyingi zilipita kabla ya Bwana kusema tena na Yeremia kuhusu kitambaa chake. Wakati Mungu alipozungumza na nabii kuhusu jambo hilo, alimwomba arudi Eufrati na kuchimba kitambaa. Kumbuka kwamba Yeremia bado hakuelewa kwa nini Bwana alikuwa akimwomba afanye hivi. Kwa kumtii Bwana, nabii huyo alirudi kutafuta kiuno chake. Alipochimba vazi hilo, Yeremia alipata kwamba lilikuwa limeharibika. Anaielezea kuwa "haifai bure" (mstari wa 7).

Ni baada tu ya kurudisha kitambaa cha kiunoni ndipo Bwana alifunua sababu ya ombi hili la kushangaza. Mungu alimwambia Yeremia katika mstari wa 9 kwamba hata vazi hili lilivyoharibika, ndivyo angeharibu kiburi cha watu wa Yuda na Yerusalemu.

Watu wa Mungu walikuwa waovu. Walikataa kusikiliza neno lake.

Walisisitiza kufuata ukaidi wa mioyo yao, badala yake. Waliabudu na kutumikia miungu mingine. Kama mshipi wa kitani, watu wa Mungu walikuwa wachafu na najisi mbele zake—walikataa kuja Kwake kutakaswa.

Kama vile Yeremia alivyokuwa amejifunga vazi hili kiunoni, vivyo hivyo Mungu alikuwa amewafunga watu wake kwake. Walifurahia baraka zake na kufurahia ukaribu na Yeye. Licha ya pendeleo hilo, walimwasi Mungu na wakawa wachafu kupitia matendo yao.

Sikiliza moyo wa Mungu kwa ajili ya watu wake, kama ilivyoandikwa katika mstari wa 13:

*11 "Maana kama vile mshipi unavyoshikamana na viuno vya mtu, ndivyo nilivyowashikamanisha nami nyumba yote ya Israeli; na nyumba yote ya Yuda," asema BWANA, "wapate kuwa watu kwangu mimi, na jina, na sifa, na utukufu." (Yeremia 13)*

Mungu aliingia katika uhusiano wa kiagano na watu wake, akiwafunga kwake. Mungu alijivunia watu wake. Aliwafurahia na kuwataka wawe watu wa sifa na utukufu Wake. Alionyesha tabia na utukufu wake kupitia kwao. Walionyesha utukufu wake kwa ulimwengu unaowazunguka. Aliwavuta karibu, na walipata utajiri wa baraka zake.

Hata hivyo, watu wa Mungu hawakuangazia ulimwengu utukufu huo. Walichafuliwa na dhambi na uasi. Wakawa kitu cha aibu na fedheha. Matokeo yake, Mungu alivua mshipi kiunoni mwake na kuutupa kutoka kwa uwepo Wake. Aliwatia adabu watu wake kwa kuwapeleka uhamishoni katika eneo la Eufrati—ambako Wababiloni na Waashuri waliishi. Kwa kupeleka mshipi wake hadi Eufrati, Yeremia alitabiri kinabii hatua ambazo watu waliotekwa wangetembea walipokuwa wakilazimishwa kwenda uhamishoni. Ingawa mwanzoni Yeremia hakuelewa kile ambacho Bwana alikuwa akimwomba afanye, alikuwa mtiifu. Kupitia matendo yake siku hiyo, Yeremia alifunua hukumu ya Mungu juu ya watu wake. Pia, aliwaonyesha kwamba uchafu na uasi wao uliwafanya 'wasifaike bure. Kama kitambaa cha Yeremia, watu wa Mungu walikuwa wameaibika. Siku ilikuwa inakaribia sana ambapo wangezirudia hatua za Yeremia hadi uhamishoni ng'ambo ya Eufrati.

Ni pendeleo kubwa sana kufungwa na Bwana Mungu katika uhusiano wa upendo na kujitolea. Katika uhusiano huo, tunapata uzoefu wa ukaribu Naye na utimilifu wa baraka zake maishani mwetu. Tumeitwa kuakisi utukufu wa Mungu katika ulimwengu huu kupitia uhusiano huu na Mungu. Utukufu huu, hata hivyo, unaweza kuchafuliwa na dhambi na uasi. Sio waumini wote wanaonyesha utimilifu wa Mungu. Jina la Bwana wakati mwingine hutukanwa kwa sababu ya matendo yetu.

Akiwaandikia Waroma, mtume Paulo alisema:

> [23] Wewe ujisifuye katika torati, wamvunjia Mungu heshima kwa kuiasi torati? [24] Kwa maana jina la Mungu latukanwa katika Mataifa kwa ajili yenu, kama ilivyoandikwa. (Warumi 2)

Mtume Petro angesema jambo kama hilo alipoandika:

> [2:1] Lakini kulizuka manabii wa uongo katika wale watu, kama vile kwenu kutakavyokuwako waalimu wa uongo, watakaoingiza kwa siri mafundisho ya uharibifu, wakimkana hata Bwana aliyewanunua, wakijiletea uharibifu usiokawia. [2] Na wengi watafuata uasherati wao, na kwa ajili yao njia ya kweli itukanwa.

*(1 Petro 2)*

Paulo aliwaambia Warumi kwamba mtindo wao wa maisha ulikuwa unamfanya asiyeamini alilaani jina la Mungu. Petro alitoa changamoto kwa waumini wa siku zake kujiepusha na uasherati kwa sababu mtindo wa maisha huu miongoni mwa waamini ulikuwa ukichafua njia ya ukweli. Kama wale ambao tumesogezwa karibu na Mungu, lazima tuishi maisha safi na matakatifu, tukiakisi tabia ya Mungu katika yote tunayofanya. Ni lazima tupinge ushawishi wowote unaoweza kuharibu uhusiano huo.

Yakuzingatia:

Mfano wa Yeremia unatufundisha nini kuhusu utii kwa Bwana? Je, tunapaswa kuelewa kile ambacho Mungu anauliza kabla ya kuwa watiifu? Je, umewahi kutii kwa sababu hukuelewa kwa nini Mungu alikuwa anakuuliza ufanye jambo fulani?

Kwa nini unadhani Bwana alichagua kuonyesha ujumbe Wake kwa watu kupitia Yeremia? Je, kielezi hiki kingezungumza na watu kwa njia ambayo maneno yasingeweza kuwasiliana? Linganisha hili na jinsi Bwana alitumia mifano kuhusu maisha ya kila siku kufundisha ujumbe Wake kwa watu wa siku zake.

Je, tunajifunza nini katika kifungu hiki kuhusu jinsi Mungu anavyotuongoza hatua kwa hatua? Je, inawezekana kwamba huna jibu unalohitaji kutoka kwa Bwana kwa sababu bado hujawa mtiifu kwa yale ambayo tayari ameyafunua?

Mfano wa mshipi wa Yeremia unatusaidiaje kuelewa uhusiano wa Mungu pamoja nasi?

Chukua muda kutafakari kitambaa safi na safi kiunoni ambacho Yeremia alinunua na kuvaa kiunoni kwa fahari. Linganisha hili na kitambaa alichochimba kutoka mto Frati. Je, ni ipi kati ya picha hizi mbili inayofanana zaidi na maisha yako na kutembea na Bwana?

Kwa Maombi:

Mwombe Mungu akusaidie kuwa mtiifu kama Yeremia, hata kama huoni picha nzima.

Asante Mungu kwa fursa tuliyo nayo ya kumwakilisha Yeye, upendo wake, na uwezo wake katika ulimwengu huu. Mwombe akuwezeshe kuwa safi mbele zake na mwakilishi mwaminifu wa tabia yake katika ulimwengu huu.

Je! unawajua watu ambao ushuhuda wao umeharibiwa? Chukua muda kidogo kuomba kwamba Bwana awarudishe.

# SURA YA 9- USIWAOMBEE WATU HAWA

*11 Naye Bwana akaniambia, "Usiwaombee watu hawa wapate heri. 12 Wafungapo, mimi sitasikia kilio chao; na watoapo sadaka za kuteketezwa na sadaka ya unga, sitazitakabali; bali nitawaangamiza kwa upanga, na kwa njaa, na kwa tauni."*
*(Yeremia 14)*

Tunafahamu vyema vifungu vya Maandiko vinavyozungumza kuhusu subira ya Mungu. Tunafurahia msamaha wake. Tunaelewa kwamba tukimjia Yeye hatatutupa nje kamwe (Yohana 6:37). Mungu atatuondolea dhambi zetu kama vile mashariki ilivyo mbali na magharibi (Zaburi 103:12). Tunathamini sana hadithi za jinsi Mungu anavyowaleta wasioamini kwake. Tunasimulia kisa cha Paulo, ambaye alitaka kuona uharibifu wa kanisa la Yesu Kristo lakini alikutana na Bwana Yesu njiani kuelekea Damasko. Kwa neema ya Mungu, akawa mmisionari mkuu wa Agano Jipya.

Msamaha na subira ya Mungu inaonekana kuwa haina mipaka, lakini tunasoma Yeremia 7:16:

*16 "Basi, wewe usiwaombee watu hawa, wala usiwapazie sauti yako, wala kuwaombea dua, wala usinisihi kwa ajili yao; kwa maana sitakusikiliza (Yeremia 7)*

Je, Yeremia angetarajia kuwa na matokeo yoyote katika maisha ya watu wa Mungu ikiwa Mungu hangesikiliza sala zake kwa ajili yao? Mungu alimwambia Yeremia kwamba hata kama watu wangejinyenyekeza hadi kufikia hatua ya kufunga, hatasikiliza sala zao. Sikiliza maombi ya watu katika Yeremia 14:20-15.1:

*20 Ee Bwana, tunakiri uovu wetu, na ubaya wa baba zetu; maana tumekutenda dhambi. 21 Usituchukie, kwa ajili ya jina lako; usikifedheheshe kiti cha enzi cha utukufu wako, kumbuka, usilivunje agano ulilofanya nasi. 22Je! Katika vitu vya ubatili vya mataifa, kiko kitu kiwezacho kuleta mvua? Je! Mbingu zaweza kutoa manyunyu? Je! Si wewe, Ee Bwana, Mungu wetu? Kwa sababu hiyo tutakungoja; kwa kuwa wewe umevifanya vitu hivi vyote. (Yeremia 14)*

Ingawa inaonekana kuna toba katika mioyo ya watu katika maombi haya, ona jibu la Bwana Mungu katika mstari unaofuata.

*1 Ndipo Bwana akaniambia, "Hata wangesimama mbele zangu Musa na Samweli, moyo wangu usingewaelekea watu hawa; watupe, watoke mbele za macho yangu, wakaende zao. 2 Kisha itakuwa, hapo watakapokuambia, Tutoke, tuende wapi?' Utawaambia, "Bwana asema hivi:"'Walioandikiwa kufa, watakwenda kufa; au kufa kwa upanga, watakufa kwa upanga; au kufa kwa njaa, watakufa kwa njaa, au kutekwa nyara, watakuwa mateka.'( Yeremia 15)*

Mungu aliwaambia watu waziwazi kwamba hata ikiwa Musa au Samweli angewasihi, hatageuza moyo Wake au kubadili mawazo yake kuwahusu. Musa mara nyingi aliomba kwa Mungu kwa ajili ya maisha ya watu wa Israeli. Bwana alisikia maombi yake na kuwasamehe watu wake. Ingekuwa tofauti wakati huu. Mungu alikuwa ameamua. Aliwaonya watu wake, lakini walikataa kusikiliza. Hapakuwa na kiasi cha kusihi sasa ambacho kingeleta mabadiliko kwao. Walikuwa wanaenda kuadhibiwa. Haki ilikuwa inaenda kutolewa. Hatima yao ilitiwa muhuri.

Uvumilivu wa Mungu una kikomo. Kuna mahali ambapo Mungu ataacha kuita na kuweka nia yake kuhukumu. Hatuwezi kuendelea kuishi kana kwamba Mungu atatupa nafasi nyingine daima. Waebrania 3:15 inatuambia:

*15 Kama ilivyosemwa, "Leo, mkiisikia sauti yake, msifanye migumu mioyo yenu kama wakati wa uasi. (Waebrania 3)*

Kwa nini mwandishi wa Waebrania anawaambia wasomaji wake wasikilize sauti ya Mungu leo? Anasema hivi kwa sababu kunaweza kusiwe na kesho. Kesho inaweza kuona mwisho wa kusihi kwa Mungu kwako. Kesho unaweza kusikia sauti ya Bwana ikikuambia kile alichomwambia tajiri katika Luka 12:20:

*20 Lakini Mungu akamwambia, Mpumbavu wewe! usiku huu wa leo wanataka roho yako! Na vitu ulivyojiwekea tayari vitakuwa vya nani?' (Luka 12)*

Ikiwa unaweza kusikia sauti ya Bwana leo, usiipuuze. Itafika wakati maombi yako ya toba yataanguka kwenye masikio ya viziwi.

Fikiria maneno ya Bwana kupitia nabii Yeremia kwa watu wa siku zake. Jiweke mahali pa Yeremia kwa muda. Ni moyo wa kila mchungaji mwaminifu ambao watu ambao Mungu amewaweka chini ya uangalizi wake wanapata utimilifu wa baraka za Mungu. Palipo na dhambi, wangetubu. Mahali palipojeruhiwa, wangeponywa. Je, ungekuwa jibu gani kwa Bwana kama angekuambia kile alichomwambia Yeremia siku ile? Je, ungejisikiaje kama mchungaji ikiwa Bwana angekuambia kwamba kondoo aliokupa kuwachunga wataangamia na kuhukumiwa na Mungu na hakuna kitu ambacho unaweza kufanya au kuomba kingebadilisha hilo?

Hakutakuwa na ushindi mkubwa wa kuripoti. Kutakuwa na kushindwa na hukumu tu. Hili liliamuliwa kabla Yeremia hajaanza kuhubiri. Yeremia hangeona watu wakitubu dhambi zao na kumgeukia Mungu. Badala yake, ghadhabu ya Mungu ilimwagwa. Yeremia aliendelea kuhubiri neno la Mungu ili kuwaonyesha watu wake kwa nini hukumu hii imekuja. Wangeenda uhamishoni huku ukweli wa Mungu ukivuma masikioni mwao. Maneno ya Yeremia yangekuwa ya mwisho kuyasikia kabla ya kuliacha taifa lao kwa ncha ya upanga. Maneno haya yangeendelea kusikika masikioni mwao walipokuwa wakitafakari juu ya adhabu yao uhamishoni. Mungu alitaka mtu awachunge watu wake wanapoikabili hukumu yake. Isingekuwa huduma rahisi, lakini ingekuwa ya lazima.

Ya kuzingatia:

Je, tunajifunza nini katika sura hii kuhusu mipaka ya subira ya Mungu? Je, tunaweza kuchukua subira yake kuwa rahisi?

Ilifika hatua katika historia ya Israeli, ambapo Mungu alikataa kusikiliza maombi yao? Je, ni kitu gani kinamfanya Mungu aache kusikiliza maombi yako leo?

Fikiria aina ya huduma ya Yeremia. Je, ungekuwa tayari kuwa

mchungaji wa kanisa ambalo lilikuwa likihukumiwa na Mungu? Je, ungekuwa tayari kukubali mwito wa Mungu wa kuwachunga watu ambao hawatabadilika?

Huduma ya Yeremia ilikuwa muhimu kadiri gani wakati huo katika historia ya watu wa Mungu? Ingawa hangeona toba au baraka za kiroho, utumishi wake ulitimiza nini katika maisha ya watu wa Israeli wakati huo? Mungu alikuwa akimwita kufanya nini siku hizo? Kwa nini hili lilihitajika?

Kwa Maombi:

Chukua muda kumshukuru Bwana kwa uvumilivu wake. Mwombe Yeye, hata hivyo, akusaidie usichukue subira hiyo kuwa ya kawaida. Mwambie akusaidie usiache kutembea katika utii leo.

Je! unawajua watu ambao wamekataa kusikiliza sauti ya Mungu maishani mwao? Mwambie Mungu avunje upinzani wao.

Mwombe Mungu akusaidie kuona kwa uwazi zaidi kwa nini amekuweka katika huduma aliyokupa leo? Mwambie akupe neema ya kuwa mtii hata wakati huoni matokeo.

# SURA YA 10 – NABII MPWEKE

*17 Sikuketi katika mkutano wao wanaojifurahisha, wala sikufurahi, naliketi peke yangu kwa sababu ya mkono wako; kwa maana umenijaza ghadhabu. 18 Mbona maumivu yangu ni ya daima, na jeraha yangu haina dawa, inakataa kuponywa? Je! Yamkini wewe utakuwa kwangu kama kijito kidanganyacho, na kama maji yasiyodumu? (Yeremia 15)*

Yeremia alikuwa na gharama kubwa ya kulipa akiwa mtumishi wa Mungu. Ujumbe wake wa adhabu inayokuja haukumfanyia rafiki yoyote. Watu hawakuitikia vyema kwake au ujumbe wake. Baadhi ya wananchi wenzake walitaka kumuua. Katika Yeremia 15 na 16, tunapata taswira ya taabu ya kihisia ambayo Yeremia alilipa ili kutii mwito wa Mungu.

Sikiliza maneno yake katika Yeremia 15:15,17:

*15Ee Bwana, unajua wewe; unikumbuke, unijilie, ukanilipie kisasi juu yao wanaoniudhi; usiniondoe kwa uvumilivu wako; ujue ya kuwa ni kwa ajili yako nilivyopatikana na mashutumu.*

*Sikuketi katika mkutano wao wanaojifurahisha, wala sikufurahi, naliketi peke yangu kwa sababu ya mkono wako; kwa maana umenijaza ghadhabu. (Yeremia15:17)*

Ona kile Yeremia anachoeleza hapa. Anazungumza katika mstari wa 15 juu ya wale waliomtesa. Anamkumbusha Mungu kwamba alibeba shutuma kwa ajili yake. Aliaibishwa na kudharauliwa katika jamii yake kwa sababu ya ujumbe aliohubiri.

Katika mstari wa 17, nabii alimwambia Bwana kwamba ameketi peke yake. Hakujiunga na wale waliolidhihaki jina la Bwana. Hakuwa na mtu wa kukaa naye katika hitaji lake. Yote haya ni kwa sababu Mungu alimpa ujumbe ambao jamii ilidharau.

Nabii aliendelea kueleza huzuni yake kwa Bwana katika Yeremia 15:18:

*18 Mbona maumivu yangu ni ya daima, na jeraha yangu haina dawa, inakataa kuponywa? Je! Yamkini wewe utakuwa kwangu kama kijito kidanganyacho, na kama maji yasiyodumu? (Yeremia 15)*

Yeremia alihisi kwamba uchungu wake haukomi, na majeraha ya kukataliwa na mateso hayawezi kuponywa. Unaweza karibu kumsikia Yeremia akisema: "Bwana, hili ni ngumu. Sina marafiki. Sina mtu ambaye ninaweza kushiriki naye maumivu yangu. Hujawahi kuniambia jinsi ingekuwa upweke. Ninahisi kudanganywa. Uko wapi? maumivu haya yote? Wewe ni kama kijito ambacho mtu mwenye kiu anafika, na kugundua kwamba hakuna maji. Yeremia anapotafakari hali yake, analia:

*10 Ole wangu, mama yangu, kwa kuwa umenizaa mtu wa kuteta, na mtu wa kushindana na dunia yote! Mimi sikukopesha kwa riba, wala watu hawakunikopesha kwa riba; lakini kila mmoja wao hunilaani. (Yeremia 15)*

Yeremia anasema hivi: "Kwa nini mama yangu alilazimika kuzaa mtoto kama mimi. Maisha yangu yamejaa uchungu na shida. Kila mtu ananikataa. Sijamkosea hata mmoja wao, lakini wananilaani kwa sababu ya ujumbe ninaoleta kutoka kwa Mwenyezi-Mungu." Huu haukuwa mzigo rahisi kubeba.

Ni baraka iliyoje kupendwa na kuheshimiwa na watu tunaowatumikia. Hii haikuwa hivyo kwa Yeremia. Watu wa siku zake walimchukia na kumlaani. Hakuwa na mtu wa kumfariji na kumtia moyo alipohisi uchungu wa kukataliwa. Maumivu yalionekana kuwa mengi sana kwake kuyastahimili.

Mungu alimkataza Yeremia kuoa au kupata watoto.

*1Tena neno la Bwana likanijia, kusema, 2 Wewe hutaoa mke, wala hutakuwa na wana wala binti mahali hapa. 3 Maana Bwana asema hivi, katika habari za wana, na katika habari za binti, wazaliwao mahali hapa, na katika habari za mama zao waliowazaa, na katika habari za baba zao waliowazaa, katika nchi hii; 4 watakufa kwa maradhi mabaya; hawataliliwa, wala hawatazikwa; watakuwa kama samadi juu ya uso wa nchi; nao wataangamizwa kwa upanga, na kwa njaa; na mizoga yao itakuwa chakula cha ndege wa angani, na cha wanyama wa nchi.*
(Yeremia 16)

Mungu alimwambia nabii huyo kwamba ikiwa angeoa, mke wake na watoto wake wangekufa kwa ugonjwa hatari, njaa na upanga. Miili yao ingelala chini na kuliwa na ndege na wanyama wa nchi. Ili kumuepusha na maumivu hayo, Mungu alimkataza kuoa. Badala yake, alipaswa kujitoa katika huduma ya kinabii. Ukweli kwamba Yeremia hakuoa, katika utamaduni uliotarajia aolewe, ulikuwa onyo la kinabii kwa watu wa Mungu. Kuseja kwa Yeremia kulikuwa ukumbusho wa kile ambacho Mungu angefanya kwa watu wake.

Pia, Mungu alimwambia Yeremia kwamba hapaswi kamwe kwenda kwenye ibada ya mazishi, wala hakupaswa kuwahurumia wale waliokufa.

*5 "Maana Bwana asema hivi, Usiingie ndani ya nyumba yenye matanga, wala usiende kuwaombolezea, wala kuwalilia; maana nimewaondolea watu hawa amani yangu, asema Bwana, hata fadhili zangu na rehema zangu. (Yeremia 16)*

Watu wa Mungu walikuwa wamemkataa, hivyo angewatendea bila huruma na wema. Mungu hangeonyesha tena huruma kwa watu wake. Kutokuwa na huruma kwa Yeremia kwa wale walioomboleza ilikuwa taarifa ya kinabii kwa watu wa Mungu kwamba rehema ya Mungu ilikuwa imefikia mwisho.

Katika Yeremia 16:8-9, Bwana alimwamuru nabii kujiepusha na kuhudhuria sherehe za shangwe za taifa.

*8Wala usiingie ndani katika nyumba yenye karamu, kuketi pamoja nao, na kula na kunywa. 9 Maana Bwana wa majeshi, Mungu wa Israeli, asema hivi, Mimi, mbele ya macho yenu, na katika siku zenu, nitaikomesha sauti ya furaha, na sauti ya kicheko, mahali hapa; sauti ya bwana arusi, na sauti ya bibi arusi. (Yeremia 16)*

Akiwa nabii, Yeremia hakupaswa kushangilia pamoja na watu wake. Siku ilikuwa inakuja ambapo Mungu angeondoa furaha na shangwe kutoka kwao. Kukataa kwa Yeremia kusherehekea ilikuwa ishara ya kinabii ya matukio yajayo.

Wito wa Yeremia ulikuwa wa upweke. Hakuweza kukaa chini na mke juu ya meza ya chakula cha jioni na kushiriki maumivu ya moyo wake. Hakuweza kufurahi pamoja na watu wa Mungu katika karamu ya furaha. Mungu alimuondolea haki yake ya kuhudhuria ibada ya mazishi ya watu aliokua nao. Hakuweza hata kuwaonea huruma katika wakati wao wa huzuni. Je, kuna ajabu kwamba alimlilia Mungu: "uchungu wangu ni wa kudumu?"

Kama mtumishi wa Mungu, ni mara ngapi niliona hitaji la ushirika na waumini wengine. Mara nyingi nimefurahi kuweza kuketi kwenye kahawa pamoja na mke wangu na kushiriki maumivu yangu. Nimefurahia ushirika wa waumini wengine na kuhisi kutiwa moyo na usaidizi wao. Yeremia hakuwa na pendeleo hilo. Je, ungekuwa tayari kumfuata Bwana chini ya masharti haya? Je, ungekuwa tayari kuwaacha marafiki na familia yako na kujiepusha na ndoa ili kumtii Mungu katika wito uliokusudiwa kuleta kukataliwa na laana tu kutoka kwa wale waliokusikiliza? Ni mfano gani tulio nao katika maisha na huduma ya nabii Yeremia. Mungu atujaalie watu wengi zaidi wenye ahadi hii.

Yakuzingatia:

Huduma na mtindo wa maisha wa Yeremia ungeonwaje leo?

Je, ni masuala gani ya uchungu unashughulikia katika huduma yako au kutembea na Bwana? Je, Yeremia ni mfano gani kwako?

Wakristo wengine au wafanyakazi wenzako wana jukumu gani katika huduma yako? Wamekuwaje kitia-moyo na utegemezo kwako?

Je, unawajua watumishi wa Mungu wanaohisi upweke na wapweke? Je, kuna chochote unachoweza kufanya ili kuwahudumia au kuwatia moyo katika mapambano yao?

Kwa Maombi:

Mwambie Bwana akupe hamu ya utii zaidi kuliko mafanikio ya kidunia.

Mshukuru Bwana kwa watu aliowaweka kwenye njia yako ili wawe baraka na faraja kwako.

Chukua muda kidogo kumuombea kaka au dada katika huduma ambaye anahangaika na mzigo ambao Mungu ameweka mabegani mwao. Muombe Mungu awategemeze na awape ujasiri wa kuvumilia.

# SURA YA 11- KWENYE NYUMBA YA MFINYANZI

*1Neno hili ndilo lililomjia Yeremia, kutoka kwa Bwana, kusema, 2 Ondoka, ukashuke mpaka nyumba ya mfinyanzi, na huko nitakusikizisha maneno yangu. 3 Basi nikashuka mpaka nyumba ya mfinyanzi, na tazama, alikuwa akifanya kazi yake kwa magurudumu. 4 Na chombo kile, alichokuwa akikifinyanga, kilipoharibika mkononi mwake yule mfinyanzi, alikifanyiza tena kuwa chombo kingine, kama alivyoona vema yule mfinyanzi kukifanya. (Yeremia 18)*

Bwana mara nyingi huzungumza nasi kupitia matukio ya kila siku. Wakati mmoja, Bwana alimwambia Yeremia kumwangalia mfinyanzi wa mahali hapo akifanya kazi. Alipotazama, chombo ambacho mfinyanzi alikuwa akifanyia kazi kiliharibika kikiwasha gurudumu. Kwa mshangao, Yeremia aliona jinsi mfinyanzi alivyotengeneza upya donge lenye dosari la udongo na kulifanya liwe chombo kingine. Ilikuwa wakati huu kwamba Bwana alizungumza na nabii:

*6 "Ee nyumba ya Israeli, je! Siwezi mimi kuwatendea ninyi vile vile kama mfinyanzi huyu alivyotenda? Asema Bwana. Angalieni, kama udongo ulivyo katika mkono wa mfinyanzi, ndivyo mlivyo ninyi katika mkono wangu, Ee nyumba ya Israeli. (Yeremia 18)*

Wanaume na wanawake hufanya maamuzi kutoka kwa akili zao

zenye dhambi. Maamuzi hayo mara nyingi ni kinyume na mapenzi ya Mungu. Watu wamepoteza maisha yao kupitia vita vinavyotokana na uovu wa moyo wa mwanadamu. Utovu wa maadili na ukosefu wa haki unaharibu jamii yetu. Tangu wakati wa Adamu, wanadamu wamelipa kisogo kusudi la Mungu. Hata katika siku za Yeremia, watu walichukia kweli ya Mungu. Walipendelea uwongo wa manabii wa uongo kuliko ukweli wa Mungu. Kama udongo kwenye gurudumu la mfinyanzi, hatujashirikiana sikuzote na Mfinyanzi huyo wa mbinguni.

Mungu alitaka kumwonyesha Yeremia kwamba ingawa alikuwa na mpango mzuri kwa ajili ya watu wake, dhambi zao na unajisi ziliharibu nafasi yao ya kupata kusudi hilo. Badala yake, mwelekeo wa maisha yao ungechukua mkondo tofauti. Watu ambao wangejionea wingi wa baraka za Mungu katika nchi yao sasa wangelazimika kuondoka. Badala yake, wangefukuzwa kwa ncha ya mkuki hadi nchi isiyokuwa yao.

Yeremia alipomtazama mfinyanzi akitengeneza donge hilo la udongo, nina hakika alistaajabia ustadi wa mikono yake. Katika sura ya mwisho, Yeremia alimlalamikia Mungu kuhusu hali yake maishani. Hapa sasa, alimtazama mfinyanzi akitengeneza chombo kama apendavyo. Alitambua kwamba ilikuwa ni haki ya mfinyanzi kufanya anachotaka kwa udongo. Mungu alimkumbusha Yeremia jambo hilo katika mstari wa 6 aliposema: "Je, siwezi kufanya nanyi kama mfinyanzi huyu alivyofanya? Mungu alikuwa na haki kamili ya kumfanya Yeremia kuwa aina ya nabii ambaye alikuwa amemwita kuwa.

Akiongea na watu wa siku zake, mtume Paulo angesema:

*20 La! Sivyo, Ee binadamu; wewe u nani umjibuye Mungu? Je!*

*Kitu kilichoumbwa kimwambie yeye aliyekiumba, Kwani kuniumba hivi? 21 Au mfinyanzi je! Hana amri juu ya udongo, kwa fungu moja la udongo kuumba chombo kimoja kiwe cha heshima, na kimoja kiwe hakina heshima? (Warumi 9)*

Ni kweli kwamba huduma ya Yeremia ilikuwa ngumu, lakini Bwana Mungu, kama Muumba Wake, alikuwa na kila haki ya kumwita kwa kazi hii. Mfinyanzi ana mamlaka ya kutengeneza chombo cha kuhifadhia hazina ya thamani lakini pia uhuru wa kuunda sahani ya kubebea uchafu. Vyombo vyote viwili vinahitajika. Tunaweza tu kujiuliza ikiwa Yeremia alitafakari mambo haya alipokuwa akitafakari malalamiko yake katika sura zilizotangulia.

Zaidi ya matumizi haya ya kibinafsi kwa Yeremia kulikuwa na matumizi kwa watu wa Mungu. Mungu alikuwa akiwatayarisha watu wake kuishi katika nchi yao chini ya baraka zake, lakini dhambi yao ilizuia hili lisitokee. Sasa wangekabili wakati ujao tofauti sana chini ya hukumu Yake. Wale walioumbwa kuishi kwa amani na baraka za Israeli badala yake wangetayarishwa kwa uhamisho wa Babeli.

Mungu, kama Mfinyanzi Mkuu, atatimiza makusudi yake katika maisha yetu na jamii. Hiyo itagharimu kiasi gani, hata hivyo? Adamu na Hawa wangeweza kuishi katika Bustani ya Edeni lakini wakaanguka mawindo ya dhambi, na paradiso ikapotea. Dhambi ya Daudi na Bathsheba ilimaanisha kupoteza mtoto na utawala ambao haukuwa sawa tena. Tunaweza kulalamika kuhusu hali yetu maishani, au tunaweza kuheshimu haki ya Mfinyanzi Mkuu na kujitiisha mikononi Mwake.

Yeremia alipokuwa akimwangalia mfinyanzi akifanya kazi, alitambua kwamba mfinyanzi alikuwa na haki ya kutengeneza chombo chochote atakachochagua. Pia ilimbidi atambue kwamba, kwa udongo kwenye gurudumu hilo, jambo pekee la busara la kufanya lilikuwa kujitiisha chini ya mikono ya mfinyanzi. Ikiwa angekuwa vile Yehova alitaka awe, Yeremia angepaswa kumpa Mungu haki ya kuamua kusudi la maisha yake.

Dhambi na uasi wetu utabadili mwelekeo wa maisha yetu, lakini tunaweza tu kujiuliza ni kiasi gani tungeweza kuwa kama tungejisalimisha na kutotoa upinzani wowote kwa Mfinyanzi. Tunahitaji kuelewa kwamba hata kama vyombo vilivyovunjika kwenye gurudumu la mfinyanzi, hata hivyo, Bwana anaweza kurekebisha na kuponya. Atachukua donge la udongo lililopasuka na kulitengeneza kuwa kitu chenye manufaa kwa kusudi Lake. Je, utamtumainia kwa maisha yako? Je, utamruhusu akuumbe jinsi anavyoona inafaa? Je, utajitolea kutembea katika kusudi alilokuwekea maishani mwako?

Ya kuzingatia:

Je, wakati katika duka la mfinyanzi ungezungumzaje na Yeremia kibinafsi?

Mfano huu unatufundisha nini kuhusu haki ya Mungu ya kututengeneza tukiwa na kusudi lake akilini? Je, umeelewa kusudi la Mungu kwa maisha yako?

Je, upinzani wetu kwa Mungu, unaweza kubadilisha mwendo wa maisha na huduma yetu? Je, Mungu bado anaweza kututumia licha ya makosa na kushindwa kwetu?

Ni nini kinakuzuia kujisalimisha kikamilifu kwa Mfinyanzi Mkuu?

Kwa Maombi:

Chukua muda kidogo kukiri kwamba hukukubali kila mara haki ya Mungu kukutumia jinsi apendavyo.

Mshukuru Bwana kwa kuwa ana kusudi kwako na maisha yako. Mwombe akuwezeshe kutembea kwa unyenyekevu na kwa hiari katika kusudi hilo, hata wakati ni gumu.

Mshukuru Bwana kwamba unaposhindwa, anaweza kutumia kushindwa kwetu na kuifanya kuwa kitu kizuri.

# SURA YA 12- MTUNGI WA UDONGO ULIOVUNJIKA

*1 Bwana akasema hivi, Enenda ukanunue gudulia la mfinyanzi, ukachukue pamoja nawe baadhi ya wazee wa watu, na baadhi ya wazee wa makuhani; 2 ukatoke uende mpaka bonde la mwana wa Hinomu lililo karibu na mahali pa kuingia kwa lango la vigae, ukahubiri huko maneno nitakayokuambia, (Yeremia 19)*

Katika Yeremia 19, Bwana alimwambia nabii kununua mtungi wa udongo. Tunabaki kujiuliza ikiwa alinunua mtungi huu kutoka kwa mfinyanzi katika sura ya 18. Yeremia alipaswa kuwakusanya wazee na makuhani na kuwapeleka kwenye Bonde la Mwana wa Hinomu. Huko kwenye bonde hilo, kwenye Lango la Vigae, alipaswa kuwaambia maneno ambayo Bwana alimpa kusema. Yeremia alihitaji kuchukua hatua ya imani hapa. Hakuwa na neno la Bwana kabla ya kwenda kwenye Bonde la Mwana wa Hinomu. Alipofika ndipo Bwana akampa neno hili.

Kwa nini Mungu alimwomba Yeremia aende kwenye Bonde la Mwana wa Hinomu? Kuangalia kwa haraka vifungu kadhaa kutatuonyesha kwamba Yeremia huenda aliitwa kwenye bonde hili kwa sababu fulani.

Katika 2 Mambo ya Nyakati 28:1-3, tunasoma kuhusu Ahazi mfalme wa Yuda:

*1 Katika mwaka wa thelathini na sita wa kutawala kwake Asa, Baasha mfalme wa Israeli akapanda juu ya Yuda, akaujenga Rama, ili asimwache mtu ye yote kutoka wala kuingia kwa Asa mfalme wa Yuda. 2 Ndipo Asa akatoa fedha na dhahabu katika hazina za nyumba ya Bwana, na nyumba ya mfalme, akampelekea Ben-hadadi mfalme wa Shamu, aliyekaa Dameski, akasema, 3 Kwangu na kwako na liwe agano kama lilivyokuwa kwa baba yangu na baba yako; angalia, nimekuletea fedha na dhahabu; basi, uvunje agano lako na Baasha, mfalme wa Israeli, ili aniondokee mimi. ( 2 Mambo ya Nyakati 28 )*

Vizazi viwili baadaye, tunasoma kuhusu Mfalme Manase:

*6 Tena akawapitisha wanawe motoni katika bonde la mwana wa Hinomu; akatazama bao, akabashiri, akafanya uganga, akajishughulisha na hao wenye pepo wa utambuzi, na wachawi; akafanya mabaya mengi machoni pa Bwana, hata kumkasirisha. (2 Mambo ya Nyakati 33)*

Wakati Yosia alipokuwa mfalme, katika siku za Yeremia, moja ya marekebisho yake yameandikwa kwa ajili yetu katika 2 Wafalme 23:10:

*10 Naye akainajisi Tofethi, iliyomo katika bonde la wana wa Hinomu, ili mtu asipitishe mwana wake au binti yake motoni kwa Moleki. (2 Wafalme 23)*

Mungu alipomwomba Yeremia aende kwenye Bonde la Mwana wa Hinomu, alimwomba aende katikati ya dhambi zenye kuchukiza zaidi katika Yuda, zoea la kutoa watoto dhabihu. Huko katika bonde hilo, akina baba wangeteketeza watoto wao hadi kufa kama dhabihu kwa miungu ya kipagani. Ni katika bonde hili ambapo nabii alipaswa kutangaza ujumbe wa mtungi wa udongo. Ujumbe huo ulikuwa gani?

4 Kwa sababu wameniacha mimi, nao wamepafanya mahali hapa kuwa mahali pageni, nao hapa wamewafukizia uvumba miungu mingine wasiowajua, wala wao, wala baba zao, wala wafalme wa Yuda; nao wamepajaza mahali hapa damu ya wasio na hatia; 5nao wamemjengea Baali mahali pake palipo juu, ili kuwachoma moto wana wao, wawe sadaka za kuteketezwa kwa Baali; tendo nisiloliamuru mimi, wala kulinena, wala halikuingia moyoni mwangu; 6 basi, angalieni, siku zinakuja, asema Bwana, ambazo katika siku hizo mahali hapa hapataitwa tena Tofethi, wala Bonde la mwana wa Hinomu, bali, Bonde la Machinjo. 7 Nami nitalitangua shauri la Yuda na Yerusalemu mahali hapa; nami nitawaangusha kwa upanga mbele za adui zao, na kwa mkono wa watu watafutao roho zao; na mizoga yao nitawapa ndege wa angani na wanyama wakali wa nchi, iwe chakula chao. 8 Nami nitaufanya mji huu kuwa kitu cha kushangaza watu, na kuzomewa; kila mtu apitaye karibu nao atashangaa, na kuzomea kwa sababu ya mapigo yake. 9 Nami nitawalazimisha kula nyama ya wana wao, na nyama ya binti zao, nao watakula kila mmoja nyama ya rafiki yake, wakati wa mazingira na dhiki, ambayo adui zao, na watu wale watafutao roho zao, watawadhiikisha.

(Yeremia19)

Siku hiyo Mungu alizungumza moja kwa moja na machukizo yaliyofanyika katika Bonde la Mwana wa Hinomu. Aliwaambia wazee na makuhani kwamba bonde hilo lingeitwa Bonde la Machinjo kwa sababu Mungu angeleta humo upanga wa adui. Mizoga iliyochinjwa katika bonde hilo ingekuwa chakula cha wanyama pori. Ili kusisitiza hukumu hii yenye uharibifu, Mungu alimwambia Yeremia avunje mtungi wa udongo mbele ya viongozi. Hii ingewaonyesha kile ambacho Mungu alikusudia kufanya na taifa.

*10 Ndipo hapo utalivunja gudulia lile, mbele ya macho ya watu wale waendao pamoja nawe, 11na kuwaambia, Bwana wa majeshi asema hivi, Hivyo ndivyo nitakavyowavunja watu hawa, na mji huu, kama mtu avunjavyo chombo cha mfinyanzi, kisichoweza kutengenezwa tena na kuwa kizima; nao watazika watu katika Tofethi hata hapatabaki mahali pa kuzika. (Yeremia 19)*

Ni somo lenye nguvu kama nini! Mungu angewavunja watu wake kama mtungi wa udongo. Ona ukubwa wa uvunjaji huu— "ili usipate kurekebishwa" (Yeremia 19:11). Huu sio aina ya ujumbe tunaopenda kusikia. Siku ilikuwa inakuja ambapo nyundo ya ghadhabu ya uadilifu ya Mungu ingeangukia Yuda isiyomwogopa Mungu, nayo ingevunjwa vipande-vipande.

Miongoni mwa makuhani waliokusanyika katika Bonde la Hinomu kulikuwa na mtu mmoja jina lake Pashuri. Pashuri alikasirika aliposikia ujumbe wa Yeremia. Aliamuru nabii huyo akamatwe, apigwe, na kutiwa mikatale ili kumwaibisha hadharani (Yeremia 20:2).

Ujumbe wa Yeremia ulichochea hasira ya watu. Walimchukia kwa yale aliyohubiri. Ujumbe huu ulimgusa sana Yeremia. Baada ya tukio hili, alimlilia Mungu:

*7 Ee Bwana, umenihadaa, nami nimehadaika; wewe una nguvu kuliko mimi, ukashinda; nimekuwa kitu cha kuchekesha, mchana kutwa; kila mtu hunidhihaki. 8 Maana kila ninenapo napiga kelele, nalia, Dhuluma na uharibifu! Kwa kuwa neno la Bwana limefanywa shutumu kwangu, na dhihaka, mchana kutwa. (Yeremia 20)*

Unaweza kuhisi uchungu wa Yeremia kwa maneno haya. Alijua watu walikuwa wanasema nini juu yake:

*10 Maana nimesikia mashutumu ya watu wengi; hofu ziko pande zote. Rafiki zangu wote, wanaonivizia nisite, husema, Mshitaki, nasi tutamshitaki, huenda akahadaika, nasi tutamshinda, tutajilipiza kisasi kwake." (Yeremia 20:10)*

Hata wale waliokuwa marafiki zake wa karibu walitaka kumshutumu na kutamani anguko lake. Huduma yake ilikuwa ya upweke. Mkono wa Mungu ulikuwa juu yake, hata hivyo, akajaribu kadiri awezavyo, hakuweza kulizuia neno ambalo Bwana alimpa kusema:

*9 Nami nikisema, Sitamtaja, wala sitasema tena kwa jina lake; basi, ndipo moyoni mwangu kumekuwamo kama moto uwakao, uliofungwa ndani ya mifupa yangu, nami nimechoka kwa kustahimili, wala siwezi kujizuia. (Yeremia 20:9)*

Yeremia alilazimishwa na Roho wa Mungu kuhubiri neno ambalo Mungu alimpa. Alitoka kwa utiifu ili kufundisha ujumbe wa chungu cha udongo kilichovunjika kwa watu ambao hawakutaka kuusikia. Nabii huyo alipata matokeo yasiyoepukika ya kukataa kwao ujumbe huo. Alilipa gharama ya kihisia-moyo na kimwili ili kuhubiri ujumbe huo, lakini alikuwa mwaminifu. Wanaume kama hawa ni wachache.

Yakuzingatia:

Ni nini kilifanyika katika Bonde la Mwana wa Hinomu? Je, tunaweza kulinganisha zoea la kutoa mimba katika siku zetu na dhambi zilizotukia katika bonde hili?

Kulikuwa na mazoea ya kipagani miongoni mwa watu wa Mungu katika siku za Yeremia. Je, tunaona dhambi gani katika kanisa la siku zetu?

Yeremia alilipa gharama ya kihisia-moyo na kimwili ili kuhubiri ujumbe wa chombo cha mfinyanzi katika Bonde la Mwana wa Hinomu. Je, kuna gharama ya kulipia kwa kusema kile ambacho Mungu anaweka kwenye mioyo yetu leo? Je, uko tayari kulipa bei hiyo?

Je, inawezekana kwamba hamu yetu ya kuheshimiwa na kupendwa na watu ni kikwazo kwa utangazaji wa injili?

Kwa Maombi:

Mwombe Mungu akupe usikivu zaidi kwa kile anachotaka ufanye na kusema. Omba ujasiri na ujasiri wa kufanya kile anachokuitia hata ikimaanisha kukataliwa.

Chukua muda kuwaombea walio katika uongozi juu yako. Mwambie Bwana awape ujasiri na uaminifu kwake, bila kujali gharama.

# SURA YA 13 SEDEKIA NA YEREMIA

*1Neno hili ndilo lililomjia Yeremia, kutoka kwa Bwana, hapo mfalme Sedekia alipompelekea Pashuri, mwana wa Malkiya, na Sefania, mwana wa Maaseya, kuhani, kusema, 2Tafadhali utuulizie habari kwa Bwana; kwa maana Nebukadreza, mfalme wa Babeli, analeta vita juu yetu; labda Bwana atatutendea sawasawa na kazi zake zote za ajabu, ili aende zake akatuache." (Yeremia 21)*

Ni vigumu kueleza uhusiano kati ya Mfalme Sedekia na Yeremia. Mungu alimtumia Yeremia kumhukumu Sedekia kuhusu dhambi zake. Sedekia alitaka kusikia kutoka kwa nabii huyo lakini hakutii neno lililonenwa kupitia kwake.

Mkutano wa kwanza kati ya watu hawa wawili uko katika Yeremia 21. Nebukadreza, mfalme wa Babeli, alikuwa akishambulia Yerusalemu. Sedekia akatuma kuhani Pashuri na Sefania ili wazungumze na Yeremia. Alitaka nabii amtafute Bwana kuhusu hali hii, na alitumaini kwamba Bwana angewakomboa kutoka kwa mikono ya adui yao:

*2 "Tafadhali utuulizie habari kwa Bwana; kwa maana Nebukadreza, mfalme wa Babeli, analeta vita juu yetu; labda Bwana atatutendea sawasawa na kazi zake zote za ajabu, ili aende zake akatuache." (Yeremia 21)*

Yeremia akamtafuta BWANA kwa ajili ya mfalme, naye BWANA akamjibu,

*3Basi Yeremia akawaambia, Mwambieni Sedekia neno hili, 4 Bwana, Mungu wa Israeli, asema hivi, Angalieni, nitazigeuza nyuma silaha za vita zilizo mikononi mwenu, ambazo kwa hizo ninyi mnapigana na mfalme wa Babeli, na Wakaldayo, wanaowahusuru nje ya kuta zenu, nami nitazikusanya pamoja katikati ya mji huu. 5 Na mimi mwenyewe nitapigana nanyi, kwa mkono ulionyoshwa na kwa mkono hodari, naam, kwa hasira, na kwa ukali, na kwa ghadhabu nyingi. 6 Nami nitawapiga wenyeji wa mji huu, wanadamu na wanyama pia; watakufa kwa tauni kubwa.*
(Yeremia 21)

Mungu alimwambia mfalme kwamba alikuwa na hasira na Yerusalemu na angempa Nebukadreza mji huo. Hili halikuwa neno ambalo Sedekia alitarajia kupokea.

Baadaye katika Yeremia 37, Mfalme Sedekia aliwatuma Yehukali na Sefania kumwomba Yeremia kuomba tena kuhusu Wababeli waliokuwa wakivamia. Wakati huu Misri ilikuja kusaidia watu wa Mungu, na Babeli ikaondoa kuzingirwa kwao na kukimbia (Yeremia 37:5).

Baada ya Wababeli kuondoa kuzingirwa kwa mji, Iriya, mkuu wa askari walinzi, alimshtaki Yeremia kwa kutoroka kwa adui na kumkamata (Yeremia 37:14). Kwa ajili ya uhalifu huu, Yeremia alipigwa na kuwekwa gerezani, ambako alikaa kwa muda (Yeremia 37:16). Akiwa gerezani, Mfalme Sedekia alituma watu aitwe.

*16 Basi, Yeremia alipokuwa ameingia katika nyumba ya shimo, na katika vyumba vya ndani; na Yeremia alipokuwa amekaa humo siku nyingi; 17 ndipo Sedekia, mfalme, akatuma watu wamlete;*

*naye mfalme akamwuliza kwa siri ndani ya nyumba yake, akasema, Je! Liko neno lililotoka kwa Bwana? Yeremia akasema, Liko. Akasema pia, Utatiwa katika mikono ya mfalme wa Babeli. (Yeremia 37)*

Ona jinsi Mfalme Sedekia alivyotuma "siri" kwa Yeremia. Yeremia alishutumiwa kwa kutoroka kwa adui. Mfalme Sedekia hakutaka kuonekana akiongea na "adui wa taifa," lakini pia alitaka kusikia kutoka kwa Yehova na Yeremia ndiye mtu ambaye alihisi kuwa na uhakika kwamba angempa neno hilo.

Mazungumzo yalipokuwa yakiendelea, Yeremia alimwambia Sedekia kwamba hali katika shimo lake ilikuwa ya kutisha sana hivi kwamba aliogopa kwamba angekufa (Yeremia 37:20). Alimsihi mfalme asimrudishe. Sedekia alikubali ombi la Yeremia na badala yake akampeleka kwenye gereza katika ua wa jumba la mfalme. Pia aliamuru kwamba nabii apewe mkate kutoka kwa mkate kila siku hadi vifaa vitakapokwisha (Yeremia 37:21). Hilo linatuonyesha kwamba mfalme alimheshimu Yeremia.

Baadaye, Yeremia alipotupwa ndani ya kisima na kuachwa afe, mwanamume anayeitwa Ebed-Meleki alikuja kwa Mfalme Sedekia ili kumsihi nabii huyo apate uhai. Mfalme aliamuru wanaume 30 waende pamoja na Ebed-Meleki ili wamtoe kwenye kisima kabla ya kufa. (Yeremia 38:10). Kwa nini mfalme atume wanaume 30 pamoja na Ebed-Meleki? Haingehitaji watu 30 kumwinua Yeremia kutoka kwenye kisima. Inaelekea kwamba wanaume hao walitumwa ili kumlinda Ebed-Meleki na Yeremia dhidi ya umati ambao ungeweza kuwapinga. Alikuwa akimlinda Yeremia dhidi ya wale waliotaka kumuua.

Baada ya kuokolewa kwa Yeremia kutoka kwenye kisima, mfalme alituma tena kumwita ili kusikia neno la Bwana (Yeremia 38:14). Yeremia alimwambia mfalme kwamba ikiwa angejisalimisha kwa Nebukadneza, maisha yake yangeokolewa (Yeremia 38:17). Sedekia, alikiri kwa nabii, kwamba aliogopa kwamba ikiwa angenyenyekea, angetiwa mikononi mwa Wayuda na kutendewa ukatili (Yeremia 38:19). Ilichukua kiasi fulani cha ujasiri kwa Mfalme Sedekia kukiri hofu hiyo kwa Yeremia. Pia ni dalili ya aina ya uhusiano waliokuwa nao-Mfalme aliweza kumweleza nabii siri yake na kukiri hofu yake kuu.

Kabla Yeremia hajaondoka katika jumba la kifalme, mfalme alimwomba ayafiche mazungumzo yao (Yeremia 38:24). Aliogopa kile ambacho wakuu wangefikiria iwapo wangegundua kwamba alikuwa pamoja na Yeremia. Hii pia ilikuwa hofu nyingine ambayo Mfalme alipata. Aliogopa watu wangemfikiria au kusema nini juu yake.

Nebukadreza alipoutwaa Yerusalemu, katika Yeremia 39, Mfalme Sedekia alikimbia. Kilicho muhimu kuhusu kukimbia huku kwa Sedekia ni kile Yeremia alimwambia muda mfupi kabla haijatokea:

*19 Mfalme Sedekia akamwambia Yeremia, Nawaogopa Wayahudi waliowakimbilia Wakaldayo, wasije wakanitia katika mikono yao, nao wakanidhihaki. 20 Lakini Yeremia akasema, La! Hawatakutoa. Nakusihi, uitii sauti ya Bwana katika hayo ninayokuambia; ndivyo itakavyokufaa, na nafsi yako utaishi. 21 Lakini kama ukikataa kutoka, hili ndilo neno ambalo Bwana amenionyesha; 22 Tazama, wanawake wote, walioachwa ndani ya nyumba ya mfalme wa Yuda, watatolewa na kuchukuliwa kwa wakuu wa mfalme wa Babeli, na wanawake hao watasema, Rafiki zako walio karibu wamekudanganya, nao wamekushinda; na kwa kuwa miguu yako imezama matopeni sasa, wamegeuka na kurudi nyuma. 23 Na watawatoa wake zako, na watoto wako wote, na kuwachukua kwa Wakaldayo wala wewe hutapona na mikono yao, bali utakamatwa kwa mkono wa mfalme wa Babeli, nawe utakuwa sababu ya kuteketezwa mji huu. (Yeremia 38)*

Yeremia alimwambia mfalme kwamba ikiwa angejisalimisha kwa hiari basi kila kitu kingeenda sawa, lakini ikiwa atakataa, angekamatwa na kupelekwa utumwani. Hii ndiyo hasa ilifanyika. Sedekia alitaka kusikia kutoka kwa Yeremia lakini hakusikiliza alichosema.

Baada ya kukamatwa kwake, kama vile Yeremia alivyotabiri, mfalme alilazimika kuwatazama wanawe wakifa mmoja baada ya mwingine mikononi mwa adui, kisha macho yake yakang'olewa. Hata hivyo, maisha ya Mfalme Sedekia yaliokolewa. Kulingana na Yeremia 52:11, aliwekwa katika gereza la Babiloni na kuwekwa humo hadi kifo chake.

Yeremia aliathiri maisha ya Mfalme Sedekia. Mfalme, hata hivyo, alikosa ujasiri wa kusimama kwa ajili ya kweli. Hakutaka watu wake wajue kwamba alikuwa akikutana na Yeremia. Alikuwa na sifa ya kushikilia. Aliyumbishwa kwa urahisi. Kuna watu wengi kama Sedekia katika makanisa yetu leo. Wanataka kusikia kutoka kwa Bwana. Wanataka kujua mpango wa Bwana kwa maisha yao lakini wanasimama kwa ajili Yake au kutembea kwa utiifu.

Je, ilikuwaje kwa Yeremia kupata nafasi hizo za kuzungumza na mfalme? Hapa kulikuwa na mtu ambaye alitaka kusikia kutoka kwa Yeremia lakini hakutekeleza yale aliyosikia. Ingekuwa jambo la kufadhaisha sana kwa Yeremia kumtazama mtu huyu akienda uhamishoni kwa sababu hangesikiliza alichosema.

Ya kuzingatia:

Je, unaweza kuelezeaje maisha ya kiroho ya Mfalme Sedekia? Je! unajua watu kama yeye leo?

Je, tunajifunza nini katika sura hii kuhusu mateso ambayo Yeremia alivumilia wakati Nebukadneza alipokuwa akiivamia nchi ya Israeli na Yuda?

Je, umewahi kuwa na hatia, kama Sedekia, ya kusikiliza neno la Mungu lakini bila kulitekeleza?

Unafikiri Yeremia alihisije alipomtazama Mfalme Sedekia, ambaye alikuwa na mazungumzo mengi ya kibinafsi na ya kina, akipuuza kabisa maneno yake ya onyo?

Kwa Maombi:

Je, unajua watu kama Sedekia, ambao husikiliza neno la Mungu kwa ukawaida lakini hawana ujasiri wa kutii? Chukua muda kuwaombea, ukimwomba Mungu awape uwezo wa kutembea katika utii.

Mshukuru Bwana kwa jinsi, hata katika kifungo chake, Yeremia alipata fursa za kushiriki neno la Bwana. Mwombe Mungu akusaidie kuitumia hali uliyonayo kuwa ushuhuda kwake.

Asante Bwana kwa ulinzi wake katika maisha ya Yeremia. Mshukuru kwamba unaweza pia kuwa na uhakika wa ulinzi huo unapotembea katika kumtii.

# SURA YA 14 WACHUNGAJI WASIOJALI NA MANABII WA UONGO

*1 Ole wao wachungaji, wanaoharibu kondoo za malisho yangu na kuwatawanya! Asema Bwana. 2 Kwa sababu hiyo Bwana, Mungu wa Israeli, asema hivi, juu ya wachungaji wanaowalisha watu wangu, Mmetawanya kundi langu, na kuwafukuza, wala hamkwenda kuwatazama; angalieni, nitawapatiliza uovu wa matendo yenu, asema Bwana. (Yeremia 23) 14Katika manabii wa Yerusalemu nimeona neno linalochukiza sana; hufanya zinaa; huenenda katika maneno ya uongo, hutia nguvu mikono ya watendao maovu, hata ikawa hapana mtu arejeaye na kuuacha uovu wake; wote pia wamekuwa kama Sodoma kwangu, na wenyeji wake kama Gomora. 15 Basi Bwana wa majeshi asema hivi, katika habari ya manabii, Tazama, nitawalisha pakanga, nitawanywesha maji ya uchungu; kwa kuwa kutoka kwa manabii hao wa Yerusalemu kukufuru kumeingia katika nchi yote." (Yeremia 23)*

Katika sura ya mwisho, tuliona jinsi Mungu alimwita Yeremia kusema neno lake kwa mfalme. Pia alimwita Yeremia kuzungumza na makuhani na manabii wa taifa. Mungu alimpeleka Yeremia kwa viongozi wakuu wa nchi. Ingawa viongozi hao hawakukubali au kuthamini ujumbe wa Yeremia, nabii huyo bado alisema nao. Katika sura ya 23, tunaona kile ambacho Mungu alisema kupitia Yeremia kwa uongozi wa kiroho wa taifa. Kumbuka kwamba watu hawa walijiona kama wawakilishi wa Mungu. Hawangekubali kwa fadhili ukosoaji wowote wa jukumu lao kama viongozi wa kiroho.

Yeremia alizungumza kwanza na makuhani kama wachungaji wa taifa. Sikiliza maneno yake kwao katika Yeremia 23:1-2:

> 1 Ole wao wachungaji, wanaoharibu kondoo za malisho yangu na kuwatawanya! Asema Bwana. 2 Kwa sababu hiyo Bwana, Mungu wa Israeli, asema hivi, juu ya wachungaji wanaowalisha watu wangu, Mmetawanya kundi langu, na kuwafukuza, wala hamkwenda kuwatazama; angalieni, nitawapatiliza uovu wa matendo yenu, asema Bwana. (Yeremia 23)

Yeremia aliwaambia makuhani kwamba walikuwa wakiharibu na kuwatawanya kondoo (mstari wa 1). Hawakuwa wamewatimizia mahitaji yao (mstari wa 2). Badala ya kuwatunza kondoo, makuhani walikuwa wakiwaangamiza. Kwa sababu hawakutunzwa, kondoo hao walikuwa wakitanga-tanga kutoka kwa Mungu, wakitafuta msaada na faraja katika maeneo mengine.

Mungu aliweka lawama kwa ajili ya hali ya kiroho ya taifa hilo kwenye miguu ya wachungaji. Jinsi ilivyo rahisi kuwalaumu watu kwa kutangatanga kwao. Hata hivyo, kumbuka kwamba Mungu alikuwa amewachagua makuhani hawa wachunge hawa kondoo wanaotangatanga. Ikiwa kondoo katika kundi alitangatanga kutoka zizini, lilikuwa jukumu la mchungaji kumfuata na kumrudisha zizini. Kondoo walikuwa na mwelekeo wa kawaida wa kutanga-tanga, kwa hiyo mchungaji alipaswa kuwa macho. Kulikuwa na maadui wengi kwa kondoo, kwa hiyo makuhani walipaswa kuwa mlinzi wao. Mungu alitarajia kwamba uongozi wa kiroho wa Israeli utunze kundi. Mungu aliwashutumu wachungaji kwa kuwatawanya kondoo. Kutawanyika huku hakukuwa kwa makusudi, bali kwa kukosa uangalifu. Hawakushughulikia mahitaji ya kundi. Hawakufanya lolote kondoo walipoanza kutangatanga. Walikuwa wachungaji wazembe. Mungu aliwaonya makuhani kwamba kwa sababu hawakuchukua jukumu lao kwa uzito, "angewahudumia kwa sababu ya matendo yao maovu" (Yeremia 23:2). Wangelazimika kujibu kwa Mungu kwa kukosa kwao utunzaji wa kiroho.

Yeremia pia alizungumza na manabii wa Yuda. Mungu alikuwa na maneno makali ya kuwaambia watu hawa. Yeremia 23:11 inaeleza nabii na kuhani wote kuwa wasiomcha Mungu. Hata walileta uovu huu katika nyumba ya Mungu:

*11 "Maana nabii, na kuhani, wote wawili wanakufuru; naam, katika nyumba yangu nimeuona uovu wao, asema Bwana.* (Yeremia 23)

Manabii, kama makuhani, walikuwa wakiwapotosha watu wa Mungu. Walikuwa wakifanya hivyo kwa kutoa unabii kwa jina la miungu mingine. Angalia kilichokuwa kikitokea Samaria, mji mkuu wa Israeli:

*13 Nami nimeona upumbavu katika manabii wa Samaria; walitabiri kwa Baali, wakawakosesha watu wangu Israeli.*
(Yeremia 23)

Manabii wa Israeli hawakuwa wanatangaza neno la Bwana. Badala yake walikuwa wakitafuta miungu ya uwongo.

Hali katika ufalme wa kusini wa Yuda haikuwa nzuri zaidi.

*14 Katika manabii wa Yerusalemu nimeona neno linalochukiza sana; hufanya zinaa; huenenda katika maneno ya uongo, hutia nguvu mikono ya watendao maovu, hata ikawa hapana mtu arejeaye na kuuacha uovu wake; wote pia wamekuwa kama Sodoma kwangu, na wenyeji wake kama Gomora. (Yeremia 23)*

Manabii wa Yerusalemu walikuwa na hatia ya uzinzi, uongo, na kuimarisha mikono ya watenda mabaya (Yeremia 23:14). Mungu aliona Yerusalemu kuwa si bora kuliko Sodoma na Gomora, ambayo aliiharibu siku za Ibrahimu (Yeremia 23:14).

Mungu aliweka lawama kwa maovu ya taifa juu ya manabii:

*15 Basi Bwana wa majeshi asema hivi, katika habari ya manabii, Tazama, nitawalisha pakanga, nitawanywesha maji ya uchungu; kwa kuwa kutoka kwa manabii hao wa Yerusalemu kukufuru kumeingia katika nchi yote." (Yeremia 23)*

Angalia maneno "kwa maana kutoka kwa manabii wa Yerusalemu uasi umeenea katika nchi yote." Uovu wa taifa ulitokana na uongozi wake mbovu. Manabii waliwajaza watu matumaini ya uongo na kusema maono kutoka mioyoni mwao na sio kutoka kwa Bwana (Yeremia 23:16).

*16 Bwana wa majeshi asema hivi, Msisikilize maneno ya manabii wakiwatabiria; huwafundisha ubatili; hunena maono ya mioyo yao wenyewe; hayakutoka katika kinywa cha Bwana. (Yeremia 23)*

Manabii wa Yerusalemu waliwatia moyo watu kuasi neno la Bwana kwa kutoa faraja ya uongo:

*17 Daima huwaambia wao wanaonidharau, Bwana amesema, Mtakuwa na amani; nao humwambia kila mtu aendaye kwa ukaidi wa moyo wake, Hamtapatwa na ubaya wo wote.' (Yeremia 23)*

Mungu hakuwaita manabii hawa, lakini walitoka kwa jina lake (Yeremia 23:21). Matokeo yalikuwa ni watu waliotangatanga mbali na Mungu. Mungu aliwawajibisha manabii hawa kwa ajili ya dhambi hii.

Yeremia anatoa picha mbaya ya makuhani na manabii wa siku zake. Aliwakumbusha kuwa wao ndio waliosababisha kuzorota kiroho kwa taifa kwa sababu ya uzembe na uongo wao. Je, unaweza kufikiria itikio la viongozi wa kidini wa siku hiyo kwa maneno haya? Hayakuwa maneno rahisi kuongea. Viongozi hawa hata hivyo walihitaji kukemewa. Kwa kutangatanga kutoka kwa Mungu wenyewe, walikuwa wakiwaangamiza kondoo na kusababisha kuzorota kiroho kwa taifa. Hukumu ya Mungu ilipoanguka, viongozi hawa wangekuwa na mengi ya kujibu.

Ya kuzingatia:

Mungu aliwashutumu makuhani kwa kuharibu na kuwatawanya kondoo. Hii ilikuwa hasa matokeo ya kutofanya lolote kuwatunza. Je, kuna umuhimu gani kwa wachungaji kuwafikia kwa bidii wale wanaotangatanga kutoka kwa ukweli?

Mungu alishutumu uongozi kuwa unawajibika kwa hali ya kiroho ya mataifa ya Israeli na Yuda. Je, nafasi ya kiongozi katika kanisa ni muhimu kiasi gani leo?

Je, tunatoa faraja ya uongo kwa wale wanaoishi katika dhambi badala ya kuwaita watubu?

Je, unafikiri ingekuwa vigumu kwa Yeremia kusema ujumbe huu kwa makuhani na manabii katika siku zake? Je, kushindwa kwake kushiriki ujumbe huu kungemfanya kuwa na hatia ya dhambi ya manabii katika siku zake?

Kwa Maombi:

Mwombe Bwana awaongoze wale walio katika uongozi katika kanisa lako. Mwambie Mungu awape ujasiri wa kunena neno lake na huruma ya kuwajali wale wanaoumia.

Mwombe Mungu awape uongozi wa kanisa lako shauku ya Neno la Mungu. Mwambie Mungu awape wachungaji wako nguvu ya kuhubiri kile ambacho Mungu anawapa hata wakati ni ngumu.

Mwombe Mungu afanye upya uongozi wa kanisa lako na awape ujasiri na shauku kwa ajili ya kundi la Mungu.

# SURA YA 15- NJAMA YA KUMUUA YEREMIA

*7 Na makuhani, na manabii, na watu wote, wakamsikia Yeremia, hapo aliposema maneno haya katika nyumba ya Bwana. 8 Ikawa, Yeremia alipokuwa amekwisha kusema maneno yote Bwana aliyomwamuru kuwaambia watu wote, ndipo hao makuhani, na manabii, na watu wote, wakamkamata, wakisema, Bila shaka utakufa. (Yeremia 26)*

Yeremia alifichua dhambi za taifa lake. Alishiriki kwa uaminifu kile ambacho Mungu alimpa. Maneno yake yalionya juu ya hukumu kubwa itakayokuja. Wakati watu walipuuza ujumbe wake, Mungu aliendelea kumrudisha. Katika sura ya 26, Bwana alimtuma Yeremia hekaluni kutangaza neno lake kwa wale waliokuja kuabudu:

*1 Mwanzoni mwa kutawala kwake Yehoyakimu mwana wa Yosia, mfalme wa Yuda, neno hili lilitoka kwa Mwenyezi-Mungu: 2 "Mwenyezi-Mungu asema hivi: "Simama kwenye ua wa nyumba ya Mwenyezi-Mungu, uwaambie majiji yote ya Yuda. njoo uabudu katika nyumba ya Bwana maneno yote nikuagizayo kuwaambia; usizuie neno. 3 Labda watasikiliza, na kughairi kila mtu na kuiacha njia yake mbaya, ili nipate kughairi mabaya ninayokusudia kuwatenda kwa sababu ya matendo yao maovu. (Yeremia 26)*

Angalia maneno, "huenda wakasikia" (mstari wa 3). Ona pia kwamba Mungu alimwambia nabii huyo kwamba ikiwa watu wangemsikiliza, 'ataghairi' msiba ambao alikusudia kuwafanyia. Ingawa ujumbe wa Yeremia ulitangaza adhabu na hukumu, pia kuna kilio cha toba na urejesho. Adhabu hii haikuhitaji kuja. Ikiwa wangesikiliza neno la Mungu, Mungu angeondoa ghadhabu yake na kuwasamehe dhambi zao. Kwa kumtuma Yeremia kutangaza adhabu yake, Bwana pia alikuwa anatoa msamaha Wake. Tunaona hili wazi katika Yeremia 25:4-6 Mungu anaposema:

> 4 Naye Bwana ametuma kwenu watumishi wake wote, hao manabii, akiamka mapema na kuwatuma, lakini ninyi hamkusikiliza, wala hamkutega masikio yenu, msikilize. 5 Akasema, Rudini sasa, kila mtu na aiache njia yake mbaya; uacheni uovu wa matendo yenu, mkae katika nchi ambayo Bwana aliwapa, ninyi na baba zenu, tangu zamani za kale na hata milele; 6 wala msiwafuate miungu mingine, ili kuwatumikia na kuwasujudia, wala msinikasirishe kwa kazi ya mikono yenu; basi, mimi sitawadhuru ninyi kwa dhara lo lote.' (Yeremia 25).

Mungu aliweka wazi kwamba ikiwa watu wangesikiliza maneno yake ya onyo na kutubu, basi hatawadhuru (Yeremia 25:6). Badala yake, angewapa msamaha wake kama taifa.

Watu waliosikia ujumbe wa Yeremia wangeweza kuchagua kuacha njia zao mbaya na kukaa katika nchi ambayo Bwana alikuwa amewapa, au wangeweza kuendelea katika njia zao mbaya na kumtia Bwana hasira zaidi. Chaguo lilikuwa juu yao.

Makuhani na manabii wa siku za Yeremia hawakuthamini mwito wa Yeremia wa kutubu. Ili kutubu, kwanza unahitaji kukubali kwamba umetenda dhambi. Hili halikuwa jambo ambalo wanaume hawa walikuwa tayari kufanya. Baada ya kusikia ujumbe wa Yeremia, wakuu wa jiji waliitisha mkutano ili kujua hatima yake:

*10 Wakuu wa Yuda waliposikia mambo hayo, wakapanda kutoka katika nyumba ya mfalme hadi kwenye nyumba ya Mwenyezi-Mungu, wakaketi kwenye mwingilio wa Lango Jipya la nyumba ya Mwenyezi-Mungu. 11 Ndipo makuhani na manabii wakawaambia wakuu na watu wote, "Mtu huyu anastahili hukumu ya kifo, kwa sababu ametoa unabii dhidi ya jiji hili, kama mlivyosikia kwa masikio yenu wenyewe." (Yeremia 26)*

Katika akili za maofisa hao, maneno ya Yeremia yalikuwa yenye kuudhi sana hivi kwamba alistahili kufa.

Vitisho vyao havikumnyamazisha Yeremia. Akasimama mbele ya wale waliotaka kumuua, akasema:

*12 Ndipo Yeremia akawaambia wakuu wote na watu wote, akisema, Bwana ndiye aliyenituma kutabiri juu ya nyumba hii, na juu ya mji huu, maneno hayo yote mliyoyasikia. 13 Basi sasa, tengenezeni njia zenu, na matendo yenu, mkaisikilize sauti ya Bwana, Mungu wenu; naye Bwana atayaghairi mabaya aliyoyanena juu yenu. 14 Lakini kwangu mimi, tazama, mimi nipo hapa mikononi mwenu; nitendeni myaonayo kuwa mema na haki mbele ya macho yenu. 15 Lakini jueni yakini ya kuwa, mkiniua, mtajiletea juu yenu damu isiyo na hatia itakuwa juu yenu, na juu ya mji huu, na juu ya wenyeji wake; kwa maana ni kweli Bwana amenituma kwenu, kuwaambieni yote mliyoyasikia." (Yeremia 26)*

Yeremia aliweka wazi kwa wale waliotafuta maisha yake kwamba Bwana alikuwa amemtuma (mstari wa 12). Hangehatarisha maisha yake ili kutangaza ujumbe kama huo ikiwa Bwana hangemtuma.

Yeremia harudi nyuma. Aliwaambia watu kwamba ikiwa watabadili njia zao na kutubu, Bwana angeghairi maafa aliyotamka dhidi yao (mstari 13). Wangeweza kufanya walivyotaka kwake, lakini wangepaswa kujibu kwa Mungu kwa kumuua mtu asiye na hatia (mistari 14-15). Yeremia aliongea kwa ujasiri. Alihatarisha maisha yake lakini akachagua kuwa mwaminifu kwa yale ambayo Mungu amempa kusema.

Maneno ya Yeremia na ujasiri wake huwafanya maofisa wafikiri. Wengine wanaanza kuamini kwamba Yeremia anaweza kusema kweli. Waliwakumbusha watu kesi mbili zinazofanana katika historia yao. Wakati mmoja, nabii Mika alimuonya mfalme Hezekia atubu, na alipofanya hivyo, Bwana alimhurumia na hakuleta maafa juu ya nchi wakati wa utawala wake:

*26Hata hivyo Hezekia akajinyenyekeza kwa ajili ya huku kutukuka kwa moyo wake, yeye na wenyeji wa Yerusalemu, hata haikuwajia hasira ya Bwana siku za Hezekia. (2 Mambo ya Nyakati 32:26)*

Kesi nyingine ilikuwa wakati wa utawala wa Mfalme Yehoyakimu. Nabii Uria alimwonya mfalme kuhusu uharibifu uliokuwa ukija. Yehoyakimu hakukataa tu kutubu bali pia alifikia kutuma muuaji huko Misri ili kumuua nabii Uria. Watu wa siku za Yeremia hawakuhitaji kufafanuliwa kuhusu jambo lililompata Mfalme Yehoyakimu. Biblia inatuambia katika 2 Mambo ya Nyakati 36:57:

*5 Yehoyakimu alikuwa na umri wa miaka ishirini na mitano alipoanza kutawala; akatawala katika Yerusalemu miaka kumi na mmoja; akafanya yaliyo mabaya machoni pa Bwana, Mungu wake. 6 Juu yake akakwea Nebukadreza, 7 Nebukadreza akachukua baadhi ya vyombo vya nyumba ya Bwana mpaka*

*Babeli, akavitia katika hekalu lake huko Babeli. (2 Mambo ya Nyakati 36)*

Maofisa walipochunguza historia yao, walianza kuona mifano ya mambo ambayo Yeremia alikuwa akizungumzia. Waliona jinsi matendo ya viongozi waliopita yalivyobadili mwelekeo wa taifa lao. Waliona jinsi Mungu alivyokuwa akiwaita watubu, na mwitikio wao kwa wito huo ungeweza kuwa wokovu wao au anguko lao kama taifa.

Maisha ya Yeremia yaliokolewa siku hiyo. Mungu aliwafanya maofisa hao kutafakari historia yao. Hili lilikuwa mojawapo ya nyakati adimu ambapo Yeremia angerudi nyumbani na kujiuliza ikiwa labda mahubiri yake yalikuwa na matokeo. Angeenda nyumbani, akishangilia kwamba Mungu ameokoa uhai wake.

Kwa kuzingatia:

Je, mahubiri ya Yeremia yalikuwa tu tangazo la hukumu na hukumu? Je, ni kwa kiasi gani Mungu alikuwa akiwapa watu wake nafasi ya kutubu kupitia mahubiri ya Yeremia?

Maamuzi tunayofanya yanaathirije maisha yetu?

Tunaona katika sura hii jinsi Yeremia alivyokuwa tayari kuutoa uhai wake ili kuhubiri ujumbe ambao Mungu alimpa kwa ajili ya watu. Uko tayari kuyatoa maisha yako kwa lipi?

Mungu alimlinda Yeremia dhidi ya hasira ya wale waliotaka kumuua. Je, tunaweza kuwa na uhakika wa ulinzi wa Mungu tunapotembea katika wito wake?

Kwa Maombi:

Tumshukuru Mungu kwa kutupa nafasi ya kutubu na kumrudia.

Mwombe Bwana akupe neema ya kukubali hatia yako na kufanya mabadiliko yanayohitajika ili kutembea katika kibali chake.

Chukua muda wa kumshukuru Bwana kwa nyakati ambazo amekulinda kimwili, kihisia na kiroho kutokana na mashambulizi ya adui zako. Mwombe akupe ujasiri zaidi wa kutembea katika utii wa wito wake juu ya maisha yako.

# SURA YA 16 – JUMBE ZINAZOKINZANA

*4 Uwaagize waende kwa bwana zao, na kuwaambia, Bwana wa majeshi, Mungu wa Israeli, asema hivi, Mtawaambia bwana zenu maneno haya; 5 Mimi nimeiumba dunia hii, wanadamu na wanyama walio juu ya uso wa nchi, kwa uweza wangu mkuu, na kwa mkono wangu ulionyoshwa; nami nawapa watu kama inipendezavyo. 6 Na sasa nimetia nchi hizi zote katika mkono wa Nebukadreza, mfalme wa Babeli, mtumishi wangu; na wanyama wa mwituni pia nimempa wamtumikie. (Yeremia 27)*

*2 "Bwana wa majeshi, Mungu wa Israeli, asema hivi, Nimeivunja nira ya mfalme wa Babeli. 3 Kabla haujatimia muda wa miaka miwili mizima, nitavirudisha mahali hapa vyombo vyote vya nyumba ya Bwana, ambavyo Nebukadreza, mfalme wa Babeli, aliviondoa katika mahali hapa, akavichukua mpaka Babeli. 4 Nami nitamrudisha hapa Yekonia, mwana wa Yehoyakimu, mfalme wa Yuda, pamoja na mateka wote wa Yuda, waliokwenda Babeli, asema Bwana; maana nitaivunja nira ya mfalme wa Babeli.*
*(Yeremia 28)*

Umewahi kujiuliza kwa nini kuna jumbe nyingi zinazokinzana katika Ukristo? Katika kanisa kote ulimwenguni, kuna madhehebu mengi tofauti yenye mawazo na mazoea tofauti. Kuna hata wale wanaojiita Wakristo lakini wanakana mafundisho muhimu ya imani. Je, tunawezaje kujua ukweli kwa mawazo na tafsiri nyingi tofauti? Tatizo hili lilikuwepo siku za Yeremia.

Katika Yeremia 27, Mungu alimwambia nabii atengeneze nira ya mti na kuiweka shingoni mwake.

*1 Mwanzo wa kumiliki kwake Sedekia, mwana wa Yosia, mfalme wa Yuda, neno hili likamjia Yeremia, kutoka kwa Bwana, kusema, 2 Bwana ameniambia hivi, Jifanyizie vifungo na nira, ukajivike shingoni;(Yeremia 27)*

Kutokana na muktadha wa sura ya 28, inaonekana kwamba Yeremia alivaa nira hiyo shingoni kwa muda fulani. Huenda ikawa kwamba aliendelea na shughuli zake za kila siku akiwa na nira hiyo shingoni ili kuwa ukumbusho wa kiunabii kwa watu.

Je, ni ujumbe gani ambao Mungu alitaka kuwasilisha kupitia nira hii? Jibu liko katika Yeremia 27:6-7:

*6 Na sasa nimetia nchi hizi zote katika mkono wa Nebukadreza, mfalme wa Babeli, mtumishi wangu; na wanyama wa mwituni pia nimempa wamtumikie. 7 Na mataifa yote watamtumikia yeye, na mwanawe, na mwana wa mwanawe, hata utakapowadia wakati wa nchi yake mwenyewe, ndipo mataifa mengi na wafalme wakuu watamtumikisha yeye. (Yeremia 27)*

Nchi nyingi zingekuwa chini ya nira ya utawala wa Babiloni. Yeremia alivaa nira kama ishara ya utii wake kwa Babeli na mapenzi ya Bwana. Kulingana na Yeremia, Bwana alitaka watu wake watii nira hii.

Kulikuwa na manabii wengine katika Yuda waliotabiri kwamba ingawa Babiloni ingetawala kwa muda fulani, watu wa Mungu wangeachiliwa hivi karibuni. Mmoja wa manabii hao alikuwa mwanamume aliyeitwa Hanania.

Hanania aliwaambia watu kwamba Mungu angevunja nira ya Babiloni ndani ya miaka miwili. Hazina za hekalu, zilizoibiwa na Babeli, zingerejeshwa, na Mfalme Yekonia, na wafungwa wote waliokuwa uhamishoni Babeli, wangerudi Yerusalemu ndani ya muda huo:

*2 "Bwana wa majeshi, Mungu wa Israeli, asema hivi, Nimeivunja nira ya mfalme wa Babeli. 3 Kabla haujatimia muda wa miaka miwili mizima, nitavirudisha mahali hapa vyombo vyote vya nyumba ya Bwana, ambavyo Nebukadreza, mfalme wa Babeli, aliviondoa katika mahali hapa, akavichukua mpaka Babeli. 4 Nami nitamrudisha hapa Yekonia, mwana wa Yehoyakimu, mfalme wa Yuda, pamoja na mateka wote wa Yuda, waliokwenda Babeli, asema Bwana; maana nitaivunja nira ya mfalme wa Babeli.*

(Yeremia 28)

Ili kuonyesha kutokubaliana na maneno ya Yeremia, Hanania aliondoa nira ya Yeremia na kuivunja mbele ya watu. Aliwaambia kwamba ndivyo itakavyotokea kwa nira ya Babeli. Ndani ya miaka miwili, kila kitu kingerudishwa, na utawala wa Babiloni ungekoma.

*10 Ndipo nabii Hanania akaitwaa hiyo nira iliyokuwa juu ya shingo ya Yeremia, akaivunja. 11 Naye Hanania akanena mbele ya watu wote, akisema, Bwana asema hivi, Hivyo ndivyo nitakavyoivunja nira ya Nebukadreza, mfalme wa Babeli, kabla haujatimia muda wa miaka miwili mizima, na kuiondoa shingoni mwa mataifa yote. Basi nabii Yeremia akaenda zake.* (Yeremia 28)

Yeremia angalipenda kuamini unabii wa Hanania, lakini alijua hakuwa akisema neno la Bwana. Sikiliza jibu lake la kwanza kwa Hanania:

*6 naam, nabii Yeremia akasema, Amina, Bwana na atende hivi; Bwana ayatimize maneno yako uliyotabiri, kuvirudisha hapa vyombo vya nyumba ya Bwana na watu wote waliofungwa, toka Babeli, hata mahali hapa. 7 Lakini lisikilize sasa neno hili nilisemalo, masikioni mwako, na masikioni mwa watu wote, 8 Manabii waliokuwako kabla ya zamani zangu, na zamani zako, walitabiri juu ya nchi nyingi, na juu ya falme kubwa, habari ya vita, na ya mabaya, na ya tauni. (Yeremia 28)*

Yeremia anasema kitu kama hiki: "Unachosema, Hanania ingekuwa nzuri kuamini, lakini sivyo manabii wanatuambia."

Watu mara nyingi huamini kile wanachotaka. Hakuna mtu anayetaka kusikia juu ya maafa, majaribu, na mateso. Watu wa siku za Yeremia waliwasikiliza manabii wa uwongo kwa sababu waliwaambia yale waliyotaka kusikia. Walipendelea kuwasikiliza manabii ambao waliwafariji kwa uwongo wa kutuliza kuliko wale waliowakabili kwa ukweli mkali.

Watu hawajabadilika. Hata katika siku zetu, watu huchagua kuamini tu mafundisho wanayopenda. Manabii wa siku hizi wamenasa kuwapa watu neno wanalotaka kusikia na sio neno la Bwana. Yeremia alikataa kuingia katika mtego huu. Alichagua kuhubiri neno la Bwana bila kujali jinsi lilivyokuwa chungu.

Ona pia kwamba Yeremia alimwambia Hanania kwamba nabii wa kweli angekubaliwa wakati utabiri wake utakapotimia:

*9 "Nabii atabiriye habari za amani, neno la nabii yule litakapotokea, ndipo nabii yule atakapojulikana, kuwa Bwana amemtuma kweli kweli." (Yeremia 28)*

Na mwisho, Bwana angefichua kama Hanania alikuwa nabii wa kweli au la. Ndani ya miaka miwili, ukweli au makosa ya maneno yake yangefichuliwa. Yeremia alimkabidhi Hanania kwa Bwana na kumwamini Yeye kufunua uwongo huu kwa watu.

Muda fulani baadaye, Mungu alimwambia Yeremia kwenda kwa Hanania na kuongea naye:

*12 Ndipo neno la Bwana likamjia Yeremia, baada ya Hanania, nabii, kuivunja ile nira iliyokuwa juu ya shingo ya Yeremia, kusema, 13 Enenda ukamwambie Hanania, ukisema, Bwana asema hivi, Umezivunja nira za mti; lakini badala yake utafanya nira za chuma. (Yeremia 28)*

Bwana alimwambia Hanania kwamba ingawa alikuwa amevunja nira ya mbao ya Yeremia kwa kukosa heshima, ingebadilishwa na "mapingo ya chuma," ambayo hayangevunjwa. Mungu angewapeleka watu uhamishoni na kuwaweka nyuma ya mapigo ya chuma ambayo hawangetoroka ndani ya miaka miwili. Angefichuliwa kuwa nabii wa uongo.

Yeremia alikuwa na ujumbe mwingine kutoka kwa Bwana kwa Hanania siku hiyo:

*15 Kisha nabii Yeremia akamwambia nabii Hanania, Sikia sasa, Ee Hanania; Bwana hakukutuma; lakini unawatumainisha watu hawa maneno ya uongo. 16 Basi Bwana asema hivi, Tazama, nakutuma uende zako toka juu ya uso wa nchi; mwaka huu utakufa, kwa sababu umenena maneno ya uasi juu ya Bwana." (Yeremia 28).*

Mungu alimkasirikia Hanania kwa sababu ya uongo wake. Alikuwa amewapotosha watu. Ndani ya miezi miwili, Hanania akafa (Yeremia 28:17). Mungu hakuonyesha tu taifa la Yuda kwamba Hanania alikuwa nabii wa uwongo bali pia kwamba Yeremia alikuwa akihubiri kweli.

Kweli ambayo Yeremia alizungumza ilikuwa yenye uchungu. Watu alioongea nao hawakutaka kumsikiliza. Ujumbe wake pia ulipingana na wale waliojaribu kuwafurahisha watu kwa tumaini la uwongo. Manabii hawa wa uwongo walikuwa maarufu kwa sababu walinena yale ambayo watu walitaka kusikia. Wakati fulani ukweli sio kile tunachotaka kusikia. Hata hivyo, Yeremia anatuwekea mfano. Alikuwa mtu ambaye Mungu angeweza kumtumia kuhubiri ukweli. Alinena neno la Bwana hata lilipomuumiza na kumletea mzozo na manabii wenzake. Tunahitaji manabii zaidi kama Yeremia.

Yakuzingatia:

Je, ni jumbe gani zinazokinzana tunazosikia katika kanisa leo?

Je, kuna wahubiri wa siku zetu wanaotoa tumaini la uwongo na kuhubiri yale ambayo watu wanataka kusikia?

Tamaa yetu ya kukubaliwa na kupendwa na watu wengi inawezaje kutuzuia katika kuhubiri kweli ya Neno la Mungu?

Je, Mungu bado anaadhibu kanisa Lake? Nidhamu hii inaonekanaje?

Kwa Maombi:

Uliza Bwana awaongoze watu wake kwenye kweli? Mshukuru kwamba ukweli huu unapatikana katika Biblia.

Omba Mungu akuweke huru kutoka kwenye mtego wa umaarufu na kutaka kukubalika ili uwe ushuhuda kwake.

# SURA YA 17- NYUMBA YA SHAFANI

*1 Maneno haya ndiyo maneno ya waraka, ambao nabii Yeremia aliupeleka toka Yerusalemu, kwa hao waliobaki wa wakuu waliochukuliwa mateka, na kwa makuhani, na kwa manabii, na kwa watu wote, ambao Nebukadreza aliwachukua mateka toka Yerusalemu hata Babeli; 2 hapo walipokwisha kutoka Yerusalemu Yekonia mfalme, na mama yake mfalme, na matowashi, na wakuu wa Yuda na Yerusalemu, na mafundi, na wahunzi 3 kwa mkono wa Elasa, mwana wa Shafani, na Gemaria, mwana wa Hilkia, ambao Sedekia, mfalme wa Yuda, aliwatuma hata Babeli, kwa Nebukadreza, mfalme wa Babeli.(Yeremia 29)*

Ingawa nabii Yeremia mara nyingi alikuwa peke yake katika kazi ambayo Bwana alikuwa amemwita, alikuwa na kikundi kidogo cha marafiki ambao walimuunga mkono. Tuliona uhusiano kati ya Yeremia na Mfalme Sedekia. Ingawa haiwezekani kusema kwamba Sedekia alikuwa rafiki ya Yeremia, tunaweza angalau kusema kwamba mfalme aliheshimu nabii na wito wake. Pia tumemtaja kwa ufupi Ebed-Meleki, mtu aliyeokoa maisha ya Yeremia kwa kumtoa kwenye kisima (ona Yeremia 38). Yeremia pia alikuwa na uhusiano wa pekee na mwandishi aliyeitwa Baruku. Tutamtaja kwa ufupi baadaye.

Hata hivyo, zaidi ya watu hawa, hatuwezi kukosa kutaja familia ya Shafani. Katika huduma yote ya Yeremia, mshiriki mmoja au zaidi wa nyumba hii walisimama nyuma yake. Familia hii inaonekana kuwa familia mashuhuri katika Yuda. Katika kitabu cha Yeremia, tunakutana na wana watano wa Shafani: Ahikamu, Elasa, Gemaria, Mikaya, na Gedalia. Wanaume hawa wote walimuunga mkono Yeremia katika huduma yake.

Shafani, baba yake, alikuwa mwandishi wakati wa utawala wa Yosia. Hilkia kuhani alipokipata kitabu cha torati, alipokuwa akisafisha hekalu, akampa Shafani akilete kwa mfalme. Shafani alimsomea mfalme Yosia maneno ya kitabu cha kukunjwa ( 2 Mambo ya Nyakati 34:18 ). Baada ya kusikia maneno yaliyo katika hati hiyo, Yosia aliwatuma Shafani, Ahikamu (mwana wa Shafani), na baadhi ya watu wengine wamtafute Yehova kuhusu jambo ambalo lingepata taifa hilo kwa sababu ya dhambi yao. Shafani alitekeleza sehemu muhimu katika ufufuo ambao ungetokea chini ya utawala wa Mfalme Yosia.

Ahikamu, mwana wa Shafani, kama tulivyokwisha kutaja, aliombwa na Mfalme Yosia aende na baba yake kumtafuta Bwana kuhusu jibu la taifa kwa ugunduzi wa Kitabu cha Sheria (2 Wafalme 22:11-13). Katika Yeremia 26:24, tunasoma jinsi Ahikamu alivyomwokoa Yeremia wakati watu walipotaka kumuua kwa sababu ya neno alilohubiri:

*24Lakini mkono wa Ahikamu, mwana wa Shafani, alikuwa pamoja na Yeremia, wasimtie katika mikono ya watu auawe. (Yeremia 26)*

Katika Yeremia 29:1-3, tunasoma kwamba Yeremia alituma barua kwa watu waliokuwa wamekwenda uhamishoni Babeli. Ona kwamba mmoja wa wanaume waliotoa ujumbe huo alikuwa Elasa, mwana wa Shafani.

*1 Maneno haya ndiyo maneno ya waraka, ambao nabii Yeremia aliupeleka toka Yerusalemu, kwa hao waliobaki wa wakuu waliochukuliwa mateka, na kwa makuhani, na kwa manabii, na kwa watu wote, ambao Nebukadreza aliwachukua mateka toka Yerusalemu hata Babeli; 2 hapo walipokwisha kutoka Yerusalemu Yekonia mfalme, na mama yake mfalme, na matowashi, na wakuu wa Yuda na Yerusalemu, na mafundi, na wahunzi 3 kwa mkono wa Elasa, mwana wa Shafani, na Gemaria, mwana wa Hilkia, ambao Sedekia, mfalme wa Yuda, aliwatuma hata Babeli, kwa Nebukadreza, mfalme wa Babeli.(Yeremia 29)*

Elasa alikuwa tayari kabisa kupeleka barua hii kwa watu waliokuwa uhamishoni. Aliamini katika Yeremia na ujumbe wake.

Katika Yeremia 36, Mungu alimwamuru Yeremia kuandika maneno ambayo angempa katika gombo. Baruku, mwandishi wa Yeremia, aliandika maneno hayo. Kisha Yeremia akamwomba aichukue hati hiyo na kuwasomea watu katika nyumba ya Bwana:

*5Yeremia akamwagiza Baruku, ya kwamba, Mimi nimefungwa, siwezi kuingia katika nyumba ya Bwana. 6 Basi, enenda wewe, ukasome katika gombo la chuo, ambacho umeandika ndani yake, maneno ya Bwana yaliyotoka kinywani mwangu, ukiyasoma katika masikio ya watu, ndani ya nyumba ya Bwana, siku ya kufunga; pia utayasoma masikioni mwa watu wote wa Yuda, watokao katika miji yao. 7 Labda wataomba dua zao mbele za Bwana, na kurudi, kila mtu akiiacha njia yake mbaya; kwa maana hasira na ghadhabu ni kuu sana, alizotamka Bwana juu ya watu hawa. (Yeremia 36).*

Angalia mahali Baruku alienda kusoma kitabu cha kukunjwa:

*10 Basi, wakati huo Baruku akayasoma maneno ya Yeremia*

*katika nyumba ya Bwana, katika chumba cha Gemaria, mwana wa Shafani, mwandishi, katika ua wa juu, mahali pa kuingilia kwa lango jipya la nyumba ya Bwana, akiyasoma katika masikio ya watu wote. (Yeremia 36)*

Baruku akasoma maneno ya gombo kutoka katika chumba cha Gemaria, mwana wa Shafani, aliyekuwa katibu.

Mikaya, mwana wa Gemaria, aliposikia neno la Bwana kama lilivyoandikwa katika kitabu cha kukunjwa cha Yeremia, akaenda nyumbani kwa mfalme ili kusema na wakuu waliokusanyika huko (Yeremia 36:12). Walimwita Baruku ili awasomee maneno ya Yeremia (Yeremia 36:14,15).

Baada ya kusikiliza maneno hayo, wakuu hao waliamua kupeleka kitabu hicho kwa mfalme na kumsomea. Wakati kurasa tatu au nne ziliposomwa, mfalme alichukua gombo, akalikata kwa kisu chake na kukitupa motoni (Yeremia 36:23). Ni muhimu kutambua, hata hivyo, kwamba Gemaria, mwana wa Shafani, pamoja na marafiki zake, walimsihi mfalme asichome kitabu, lakini mfalme alikataa:

*25 Hata hivyo Elnathani, na Delaya, na Gemaria, walikuwa wamemsihi mfalme asiliteketeze gombo lile, lakini hakukubali kuwasikia (Yeremia 36)*

Wote wawili, Gemaria na Mikaya, wana wa Shafani, walishiriki jukumu muhimu katika kushiriki maneno ya kitabu hiki cha kukunjwa chenye maneno ya Yehova aliyopewa Yeremia.

Mwana wa pili wa Shafani tunayesoma habari zake alikuwa mwana wa Ahikamu. Jina lake lilikuwa Gedalia. Nebukadreza alipoutwaa mji wa Yerusalemu, alimchagua Gedalia kuwa mtawala wa nchi (2 Wafalme 25:22). Kulingana na Yeremia 39:14, jemadari wa

Nebukadneza alimtoa Yeremia kutoka gerezani na kumweka chini ya uangalizi wa Gedalia:

*13Naye Mikaya akawaeleza maneno yote aliyoyasikia, hapo Baruku alipokuwa akikisoma kitabu masikioni mwa watu. 14 Basi, wakuu wote wakamtuma Yehudi, mwana wa Nethania, mwana wa Shelemia, mwana wa Kushi, aende kwa Baruku, kumwambia, Litwae mkononi mwako gombo lile ulilolisoma masikioni mwa watu, uje huku. Basi, Baruku, mwana wa Neria, akalitwaa gombo lile mkononi mwake, akaenda kwao. (Yeremia 39)*

Yeremia angeishi na Gedalia huko Yerusalemu (Yeremia 40:6).

Babeli liliharibu jiji la Yerusalemu na kuwachukua raia wake mateka, na kuwaacha tu maskini na watu wasio na ujuzi waliokuwa wakiongozwa na Gedalia. Sikiliza maneno ya kwanza yaliyorekodiwa ya Gavana Gedalia kwa watu waliosalia katika jiji la Yerusalemu:

*24Na Gedalia akawaapia wao na watu wao, akawaambia, Msiogope kwa ajili ya watumishi wa Wakaldayo; kaeni katika nchi; mkamtumikie mfalme wa Babeli; itakuwa vyema kwenu." (2 Wafalme 25)*

Je, huu haukuwa ujumbe wa Yeremia? Linganisha maneno ya Gedalia hapa na maneno ya Yeremia kama yameandikwa katika Yeremia 27:

*16 Pia nalisema na makuhani, na watu wote, nikisema, Bwana asema hivi, Msisikilize maneno ya manabii wenu, wanaowatabiria, wakisema, Tazameni, vyombo vya nyumba ya Bwana, baada ya muda kidogo, vitaletwa tena toka Babeli; maana wanawatabiria uongo. 17 Msiwasikilize; mtumikieni mfalme wa Babeli, mkaishi;*

*kwani mji huu kufanywa ukiwa? (Yeremia 27)*

Inaonekana ni wazi kwamba Gedalia aliathiriwa na mahubiri ya Yeremia. Aliamini unabii wa Yeremia na akachagua kutawala ipasavyo.

Yeremia hakuwa peke yake kabisa katika huduma yake. Bila shaka, nabii huyo alikuwa na maana kubwa sana kuisimamisha nyumba ya Shafani nyuma yake. Kazi yake ilikuwa upweke. Ni lazima alithamini sana familia hii. Walikuwa faraja kwake. Watumishi wa Bwana wanahitaji watu kama nyumba ya Shafani. Labda Bwana angekuita wewe kutoa msaada wako na usaidizi kwa mmoja wa watumishi Wake.

Yakuzingatia:

Je, ni baadhi ya mambo gani ya kuvunjika moyo yanayokabili wale walio katika huduma?

Bwana alimpa Yeremia msaada aliohitaji katika familia ya Shafani. Ni nani ambaye Bwana amekupa ili kukutia moyo na kukutia nguvu katika mapambano yako?

Unawezaje kuwa faraja na usaidizi kwa wale walio karibu nawe wanaotatizika kibinafsi au katika huduma yao kwa Bwana?

Kwa Maombi:

Mshukuru Bwana kwa kuwa analeta watu maishani mwako unapokuwa na uhitaji. Mshukuru kwamba anakupa mahitaji yako kupitia watumishi wake.

Mwombe Bwana akuonyeshe jinsi unavyoweza kuwa baraka na faraja kwa watumishi Wake wanaohitaji.

Je! unamjua mtu anayehangaika? Chukua muda kidogo kumwomba Bwana huyo awabariki. Mwambie atume mtu sahihi kwao katika saa hii ya hitaji ili kuwatia moyo na kukidhi mahitaji yao.

# SURA YA 18- TAFUTA AMANI YA JIJI

*4 "Bwana wa majeshi, Mungu wa Israeli, awaambia hivi watu wote waliochukuliwa mateka, niliowafanya wachukuliwe toka Yerusalemu mpaka Babeli; 5 Jengeni nyumba, mkakae ndani yake, kapandeni bustani, mkale matunda yake; 6 oeni wake, mkazae wana na binti; kawaozeni wake wana wenu, mkawaoze waume binti zenu, wazae wana na binti; mkaongezeke huko wala msipungue. 7 Kautakieni amani mji ule, ambao nimewafanya mchukuliwe mateka, mkauombee kwa Bwana; kwa maana katika amani yake mji huo ninyi mtapata amani. (Yeremia 29)*

Wababiloni walipowachukua raia wa Yerusalemu kuwa mateka, waliwapeleka Babiloni, wakiwaacha maskini na wasio na ujuzi wa kutunza nchi. Yeremia alibaki Yerusalemu pamoja na Gedalia, mwana wa Shafani, liwali. Huduma yake kwa wale waliokuwa wameenda utumwani haikuisha walipoondoka katika nchi yao. Katika sura ya mwisho, tulitaja kwamba Elasa, mwana wa Shafani, alileta barua kutoka kwa Yeremia kwa wafungwa huko Babiloni.

Hebu tuchukue muda kutafakari maudhui ya barua hiyo. Angalia katika Yeremia 29:4 kwamba nabii aliwakumbusha wafungwa kwamba ni Mungu aliyewapeleka uhamishoni:

*4 "Bwana wa majeshi, Mungu wa Israeli, awaambia hivi watu wote waliochukuliwa mateka, niliowafanya wachukuliwe toka*

*Yerusalemu mpaka Babeli. (Yeremia 29)*

Ona maneno haya: kwa "wahamishwa ambao nimewapeleka uhamishoni." Bwana ndiye aliyewapeleka watu wake utumwani. Hii ilikuwa katika utimizo wa moja kwa moja wa unabii wa Yeremia. Mungu alichukua nchi yao kutoka kwao. Hawakuwa wametarajia hili litokee, lakini lilifanyika. Walipokuwa wameketi uhamishoni, walikuwa na sababu ya kufikiria ni nini kilikuwa kimetukia na kwa nini. Uasi wao dhidi ya Mungu ndio uliowaweka katika hali hii. Yeremia alitaka watu waelewe kwamba ni Mungu aliyekuwa akiwatia adabu kwa ajili ya dhambi na kutotii kwao.

Si rahisi kila mara kumwona Mungu katika mapambano yetu. Ni changamoto hata zaidi kuelewa kwamba ana kusudi katika mateso yetu. Mojawapo ya majukumu muhimu ya kiongozi wa Kikristo ni kusaidia watu kuona mkono wa Mungu katika hali yoyote wanayojikuta. Hili si somo rahisi kwetu kujifunza. Tunaweza kumkubali Mungu anayetupa kile tunachotaka na kutufanya tustarehe. Hata hivyo, si rahisi sana kujisalimisha kwa Mungu ambaye hutuvua yote tunayothamini. Hakungeweza kuwa na ushindi kwa watu wa Mungu, hata hivyo, hadi watambue mkono wa Mungu katika hali zao na kujisalimisha kwa kusudi Lake.

Ona kwamba Yeremia aliwahimiza watu kujenga nyumba, kukaa, kupanda bustani, kuoa na kupata wana na binti:

*5 Jengeni nyumba, mkakae ndani yake, kapandeni bustani, mkale matunda yake; 6 oeni wake, mkazae wana na binti; kawaozeni wake wana wenu, mkawaoze waume binti zenu, wazae wana na binti; mkaongezeke huko wala msipungue. (Yeremia 29)*

Kumbuka kwamba Hanania, nabii aliwaambia watu kwamba uhamisho wao ungechukua miaka miwili tu:

*1 Ikawa, katika mwaka ule ule, mwanzo wa kutawala kwake Sedekia, mfalme wa Yuda, mwaka wa nne, mwezi wa tano, Hanania, mwana wa Azuri, nabii, wa Gibeoni, akasema nami ndani ya nyumba ya Bwana, mbele ya makuhani na watu wote, akisema, 2 Bwana wa majeshi, Mungu wa Israeli, asema hivi, Nimeivunja nira ya mfalme wa Babeli. 3 Kabla haujatimia muda wa miaka miwili mizima, nitavirudisha mahali hapa vyombo vyote vya nyumba ya Bwana, ambavyo Nebukadreza, mfalme wa Babeli, aliviondoa katika mahali hapa, akavichukua mpaka Babeli. 4 Nami nitamrudisha hapa Yekonia, mwana wa Yehoyakimu, mfalme wa Yuda, pamoja na mateka wote wa Yuda, waliokwenda Babeli, asema Bwana; maana nitaivunja nira ya mfalme wa Babeli. (Yeremia 28)*

Yeremia alikuwa akiwaambia jambo tofauti. Alikuwa akiwaambia wajenge nyumba na waoze binti zao. Maana yake ni kwamba wangeenda uhamishoni kwa muda mrefu. Ilikuwa ni kusudi la Mungu kwamba wabaki hapo. Hakuna kitu ambacho kingefupisha muda ambao Mungu alikuwa amekusudia kwao huko. Hakuna maombi au kusihi kwa Mungu kungemfanya abadili mawazo yake. Yeremia alikuwa akiwaambia wahamishwa kwamba hapa ndipo wangefia. Hawangeiona tena nchi ambayo Mungu aliwaahidi baba zao. Walipaswa kukubali hili na kujifunza kuishi katika hali zao mpya, kwa kuwa haya yalikuwa mapenzi ya Mungu kwao.

Kulikuwa na chaguzi mbili kwa watu wa Mungu. Ama wangeweza kuwa na uchungu na kukataa kukubali jambo lisiloepukika, au wangeweza kumwamini Mungu na kutumia vyema hali zao. Yeremia aliwapa changamoto waendelee na maisha, wajenge nyumba zao, wapate watoto na wafurahie mambo mazuri ambayo Mungu angewaandalia katika mazingira haya yasiyofaa.

Yeremia pia aliwahimiza wahamishwa kutafuta ustawi wa jiji ambalo walipelekwa uhamishoni:

> 7 Lakini utafuteni ustawi wa jiji ambalo nimewapeleka uhamishoni, mkamwombee Mwenyezi-Mungu kwa niaba yake, kwa maana katika ustawi wake mtapata ustawi wenu.

Ikiwa watu wa Mungu wangefanikiwa, wangelazimika kufanya hivyo katika nchi ya kigeni. Wangelazimika kuwasamehe wale waliowapeleka utumwani. Hata hivyo, zaidi ya hayo, walihitaji kutafuta ufanisi wa adui zao. Walipaswa kuwa raia wanaofaa kabisa wa Babiloni, wakiongeza uchumi wake na kuwabariki watu wake. Mungu aliamuru wahamishwa Wayahudi waombee ufanisi wa adui zao na akafungamanisha baraka zao na ustawi wa Babeli—wangebarikiwa tu adui zao wangebarikiwa.

Wahamishwa Wayahudi wangeweza kuishi katika umaskini, wakikataa kufanya chochote ambacho kingebariki wale waliowachukua kutoka katika nchi yao. Wangeweza kutumia maisha yao yote kuomboleza upotezaji wa mali zao. Wangeweza kuishi katika uasi na kupondwa na watawala wao wa Babiloni. Wangeweza kushikilia mtazamo wa uchungu kwa wafungwa wao na kufanya maisha kuwa ya huzuni kwa kila mtu.

Kwa upande mwingine, wahamishwa hawa wangeweza kuweka kando chuki na uchungu na kupanda mashamba yao, kujenga nyumba zao na kuona watoto wa watoto wao. Wangeweza kuwa raia wema wa Babiloni na kupendwa na adui zao. Wangeweza kukubali ukweli kwamba Mungu alikuwa amewapeleka uhamishoni na kujifunza kufurahia rehema yake, hata wakiwa uhamishoni. Baraka na ufanisi wa watu wa Mungu ulifungamanishwa na nchi ya utekwa wao. Wangelazimika kuweka kando uchungu na kiburi na kunyenyekea kwa Mungu. Hili lilikuwa somo kuu ambalo Mungu alitaka kuwafundisha. Walikuwa utumwani kwa sababu walishindwa kujisalimisha kwa Mungu. Walikataa kuvunjwa na Mungu. Njia ya ushindi katika uhamisho itakuwa kupitia kuvunjika na kujisalimisha.

Je, huu ndio ujumbe ambao wahamishwa walitaka kuusikia wakiwa uhamishoni? Manabii wengi wadogo wangetoa tumaini la uwongo na faraja. Barua ya Yeremia ilikuwa ngumu. Ulikuwa ni ujumbe uliotoa tumaini na usaidizi kwa kujisalimisha tu kwa kesi yao. Ulikuwa ni ujumbe uliokemea uchungu, kiburi na ukaidi wa mioyo yao. Yeremia hakuwapa tumaini la kurudi katika nchi yao katika maisha yao. Aliwaambia kwamba wangeweza tu kubarikiwa kwa kuwabariki na kuwasamehe adui zao.

Kuna watu wengi leo wanaohitaji kusikia ujumbe huu. Kuna uchungu mioyoni mwao ambao umedumu huko kwa miaka mingi. Wamekataa kusamehe. Wameshindwa kuona kwamba ingawa adui alikusudia kuwadhuru, Mungu anaweza kutumia yaliyotokea kwa manufaa. Watu hawa wameshindwa kupata utimilifu wa baraka za Mungu kwa sababu kiburi chao na kukosa msamaha kumezuia baraka hizo kutoka kwao. Barua ya Yeremia kwa wahamishwa, ingawa ni vigumu kuikubali, bado ni njia ya ushindi.


Yakuzingatia:

Je, Mungu anaruhusu mambo magumu yatokee kwa watoto wake?

Je, umeona ni vigumu kuwasamehe wale waliokukosea? Kwa nini ingekuwa vigumu kwa wahamishwa kuwasamehe adui zao?

Je, ni rahisi kiasi gani kutoa faraja ya uongo badala ya kusema ukweli mgumu? Je, umewahi kujikuta katika hali hii?

Je, ni kwa kiwango gani baraka zetu zinafungamana na utayari wetu wa kuwa baraka kwa wengine?

Mungu aliwapa watu wake changamoto wawe raia wema katika nchi walimoishi. Je, waumini wamekuwa na athari gani kwa manufaa ya jumuiya yako?

Kwa Maombi:

Mwambie Bwana akupe neema ya kunyenyekea kwake na kusudi lake hata likiwa gumu.

Je, una wakati mgumu kusamehe watu? Omba Mungu akupe neema ya kutoa msamaha huo.

Omba Mungu akusaidie ili uwe baraka kwa wale waliokukosea.

Muombe Mungu awasaidie waumini katika jamii yako wawe raia wema wanaoshuhudia wema wa Mungu wao.

Chukua muda kuliombea jiji lako. Mwambie Mungu avunje maeneo ya dhambi na uovu. Mwambie arudishe baraka zake.

# SURA YA 19- NIDHAMU YA BWANA

*27 "Tazama, siku zinakuja, asema Bwana, nitakapoipanda nyumba ya Israeli, na nyumba ya Yuda, mbegu ya mwanadamu na mbegu ya mnyama. 28Tena itakuwa, kwa kadiri nilivyowaangalia, ili kung'oa, na kubomoa, na kuangusha, na kuangamiza, na kutesa; kwa kadiri iyo hiyo nitawaangalia, ili kujenga, na kupanda, asema Bwana. (Yeremia 31)*

Huenda sehemu yenye kutia moyo zaidi ya kitabu cha Yeremia ni sura ya 30 hadi 33. Katika sura hizi, Yeremia anazungumza kuhusu kurudishwa kwa watu wa Mungu katika nchi yao. Pia anatupa ufahamu kuhusu nidhamu ya Mungu na kusudi lake katika maisha ya watu wake. Hebu tuzingatie hili kwa muda.

Kwa sababu watu wa Mungu walikataa kumsikiliza, aliruhusu adui zao wawashinde na kuwapeleka uhamishoni. Kwa wakati huu, msaada wote wa kibinadamu uliondolewa. Hata washirika wao waliwasahau wakati wa taabu zao.

*14 Wote wakupendao wamekusahau; hawakutafuti; maana nimekujeruhi kwa jeraha ya adui, kwa adhabu ya mtu mkatili; kwa sababu ya ukubwa wa uovu wako, kwa sababu dhambi zako zilikuwa zimeongezeka. (Yeremia 30)*

Yeremia aliwakumbusha watu wake, hata hivyo, kwamba Mungu

hakuwa kipofu kwa wale waliowala:

> *16 Basi, watu wote wakulao wataliwa; na adui zako wote watakwenda kufungwa; kila mmoja wao; na hao waliokuteka nyara watatekwa; na wote waliokuwinda nitawafanya kuwa mawindo. 17 Maana nitakurudishia afya, nami nitakuponya jeraha zako, asema Bwana, kwa sababu wamekuita, mwenye kutupwa, wakisema, Ni Sayuni, ambao hapana mtu autakaye. ( Yeremia 30)*

Mungu aliwaruhusu maadui wa watu wake wawashinde lakini angewawajibisha kwa kufanya hivyo. Hili linaweza kuonekana kuwa la ajabu kwetu lakini tuelewe kwamba ilikuwa ni jambo la kawaida tu kwamba maadui wa Yuda wamvamie. Asili ya mwanadamu ni ya uchoyo na wivu kwa kile ambacho wengine wanacho. Tunaweza kuwa na hakika kwamba Shetani alikuwa akifanya yote awezayo ili kuharibu watu wa Mungu. Ni nini kilimzuia kufanya hivyo? Ilikuwa ni mkono wa Mungu unaozuia. Mungu alikuwa amewazuia adui wa Yuda kwa miaka mingi. Walikuwa salama kwa sababu Mungu aliwahifadhi.

Jinsi tunavyoelewa kidogo juu ya ushawishi huu wa kuzuia wa Mungu. Tunaishi katika ulimwengu wenye dhambi. Tunakabiliana na adui wa kutisha katika nafsi ya Shetani. Atafanya lolote kuharibu, si kazi ya Mungu tu bali na watu wa Mungu pia.

Katika hadithi ya Ayubu, tunaona kidogo tamaa ya Shetani ya kumwangamiza mtumishi wa Mungu. Katika Ayubu 1, tunasoma kuhusu kukutana kati ya Shetani na Mungu:

> *6 Ilikuwa, siku moja ambayo hao wana wa Mungu walikwenda kujihudhurisha mbele za Bwana, Shetani naye akaenda kati yao. 7 Bwana akamwuliza Shetani, Umetoka wapi wewe? Ndipo*

*Shetani akamjibu Bwana, na kusema, Natoka katika kuzunguka-zunguka duniani, na katika kutembea huku na huku humo. 8 Kisha Bwana akamwuliza Shetani, Je! Umemwangalia huyo mtumishi wangu Ayubu? Kwa kuwa hapana mmoja aliye kama yeye duniani, mtu mkamilifu na mwelekevu, mwenye kumcha Mungu na kuepukana na uovu. 9 Ndipo Shetani akamjibu Bwana, na kusema, Je! Huyo Ayubu yuamcha Bwana bure? 10 Wewe hukumzingira kwa ukigo pande zote, pamoja na nyumba yake, na vitu vyote alivyo navyo? Kazi za mikono yake umezibarikia, nayo mali yake imeongezeka katika nchi.11 Lakini nyosha mkono wako sasa, uyaguse hayo yote aliyo nayo, naye atakukufuru mbele za uso wako. 12 Bwana akamwambia Shetani, Tazama, yote aliyo nayo yamo katika uwezo wako; lakini usinyoshe mkono wako juu yake yeye mwenyewe. Basi Shetani akatoka mbele za uso wa Bwana. (Ayubu 1)*

Ona jinsi Shetani "alivyokuwa akienda huku na huko duniani" (mstari 7). Sababu ya hii ni dhahiri kabisa. Alitaka kupata mtu wa kumjaribu na kuharibu. Ona pia sababu ambayo Shetani hakuweza kumjaribu Ayubu ilikuwa ni kwa sababu Mungu alikuwa amemwekea "uzio yeye na nyumba yake kumzunguka" (mstari 10). Mungu alihitaji kuinua ukingo huu ikiwa Shetani angepenya ndani yake—jambo ambalo Mungu angefanya hatimaye kutimiza jambo jema katika maisha ya Ayubu.

Yeremia alipata ulinzi huu wa Mungu katika maisha na huduma yake. Mapema sana katika huduma yake, Mungu aliahidi kwamba adui hangeweza kupenya ukuta ambao angeweka ili kumlinda.

20Nami nitakufanya kuwa kama ukuta wa boma la shaba juu ya watu hawa; nao watapigana nawe; lakini hawatakushinda; maana mimi nipo pamoja nawe, ili nikuokoe, na kukuponya, asema Bwana. (Yeremia 15)

Ni mara ngapi adui za Yeremia walitaka kumuua lakini hawakuweza kupenya ukuta wa shaba ambao Mungu aliweka kumzunguka. Vivyo hivyo, Mungu aliwazunguka watu wake kwa utunzaji na ulinzi Wake kutoka kwa adui zao. Watu wa Mungu walipokataa kumtii, alilegeza kizuizi chake, na adui akapenya.

Mungu hakuwa na haja ya kuwaambia Babiloni kushambulia taifa la Yuda. Walifanya yale ya asili kwao. Walifanya kile ambacho asili yao ya dhambi iliamuru. Mungu alilegeza kujizuia Kwake, na adui akashambulia kwa ukatili na uchoyo. Mungu hakuandika dhambi zao. Aliacha tu kuwazuia. Walichagua kutii misukumo ya dhambi ya mioyo yao na wangepata matokeo ya matendo yao maovu.

Mkono wa Mungu unaozuia ni tendo la rehema na upendo. Halazimiki kumzuia adui bali anafanya hivyo kwa sababu anawapenda watu wake. Ikiwa Mungu hakuwazuia adui, tungekuwa wapi leo? Hatuwezi kuchukua hili kwa urahisi.

Kuna wakati Mungu anavuta nyuma mkono wake wa ulinzi. Matokeo yake mara nyingi ni ya kutatanisha na ya kutisha. Katika kisa cha Ayubu, alipoteza familia yake na afya yake ya kibinafsi. Katika kisa cha watu wa Mungu katika siku za Yeremia, adui waliingia na kuchukua nchi yao. Hata hivyo, Yeremia aliwaambia watu wake kwamba hata wakati Mungu anarudisha nyuma mkono Wake, Yeye haachi udhibiti.

Yeremia alitabiri kwamba siku itakuja ambapo Mungu angewarudisha watu wake. Angalia wakati hii ingetokea:

*24Hasira kali ya Bwana haitarudi, hata atakapokwisha kutenda, hata atakapokwisha kuyatimiza makusudi ya moyo wake; katika siku za mwisho mtayafahamu haya. (Yeremia 30)*

Mungu angewarudisha watu Wake wakati 'alikuwa ametimiza makusudi ya akili yake. Kwa maneno mengine, Mungu hakuondoa mkono Wake au kusalimu amri. Alimruhusu adui kuwa chombo ambacho kupitia kwake angetimiza kusudi lake kwa watu wake. Ni wakati tu nia za moyo wa Mungu zilipotimizwa, ndipo Angeweza kuzirejesha.

Sikiliza kile Yeremia alichotabiri kuhusu Efraimu:

*18Hakika nimemsikia Efraimu, akijililia hivi, Umeniadhibu, nami nikaadhibika, kama ndama asiyeizoelea nira; unigeuze, nami nitageuzwa; kwa maana wewe u Bwana, Mungu wangu. 19 Hakika baada ya kugeuzwa kwangu, nalitubu; na baada ya kufundishwa kwangu, nalijipiga pajani; nalitahayarika, naam, nalifadhaika, kwa sababu naliichukua aibu ya ujana wangu.'*
*(Yeremia 31)*

Chini ya nidhamu ya Mungu, Efraimu angekuja kutambua dhambi yake. Angeelewa kwamba Mungu alimwadhibu ili kumleta kwenye toba ili ushirika wake na baraka ziweze kurejeshwa. Ilikuwa ni shauku kuu ya Mungu kumhurumia mtoto Wake. Lilikuwa kusudi Lake kumwadhibu Efraimu hadi alipojifunza somo lake na kurejeshwa kwenye ushirika. Ingawa Mungu alimwadhibu Efraimu, hakuacha kumpenda. Sikiliza maneno aliyosema kupitia Yeremia:

*20 Je! Efraimu siye mwanangu mpendwa? Je! Siye mtoto apendezaye? Maana kila nisemapo neno juu yake, ningali nikimkumbuka sana; kwa sababu hiyo moyo wangu unataabika kwa ajili yake; bila shaka nitamrehemu, asema Bwana. (Yeremia 31)*

Mungu alilazimika kusema kwa ukali na Efraimu. Iliuvunja moyo Wake kwamba ilimbidi kumwadhibu kwa ukali sana. Efraimu alipendwa sana na moyo wa Mungu, hata hivyo, na Mungu alitamani kushirikiana naye. Mungu kwa wivu alilinda uhusiano wake nao. Aliwaadhibu kusafisha chochote ambacho kingewazuia kutoka kwa ushirika mkamilifu na ushirika. Kwa kitambo kidogo, Mungu aliinua mkono wake wa kuzuia, lakini hakukata tamaa juu ya watu wake. Angewaadhibu, lakini nidhamu hiyo ilipotimiza kusudi lake, Angewarejesha:

> 28 Tena itakuwa, kwa kadiri nilivyowaangalia, ili kung'oa, na kubomoa, na kuangusha, na kuangamiza, na kutesa; kwa kadiri iyo hiyo nitawaangalia, ili kujenga, na kupanda, asema Bwana. (Yeremia 31)

Wakati watu Wake walikuwa wamejifunza kunyenyekea na kubadilishwa na kuadibu Kwake, Mungu angewarejesha. Angefungua mikono yake kuwapokea. Huko mikononi Mwake, wangelindwa kwa mara nyingine tena na adui yao. Hapo wangejua baraka tele ya ushirika. Huko wangefurahia amani kamilifu.

Yeremia aliwakumbusha watu wake kwamba ingawa Bwana alikuwa ameinua ulinzi wake kwa muda, angetumia hii kuwaunda na kuwabadilisha. Wakati kuadibu Kwake kulitimiza kusudi lake, Angewarejesha. Mungu hakuwa amewaacha watu wake. Ingawa uhamisho wao haungekuwa wa kustarehesha, ilikuwa ni njia ya Mungu ya kuwabadilisha na kuwanyenyekeza ili waweze kurejeshwa kwa ushirika mkuu na baraka.

Ya kuzingatia:

Je, tunajifunza nini katika sura hii kuhusu mkono wa Mungu unaozuia? Tungekuwa wapi ikiwa Mungu hangekuwa anazuia maovu yaliyokusudiwa kwetu?

Je, Mungu ana haki ya kuinua ulinzi wake kutoka kwetu?

Kusudi la kuadibu kwa Mungu ni nini? Je, Mungu huwasahau wale anaowaadhibu?

Je, Mungu anafurahia nidhamu? Je, tuna ushahidi gani kwamba Mungu anapendelea kubariki kuliko kuadhibu?

Je, umewahi kuadhibiwa na Bwana? Nidhamu hiyo ilifanikisha nini katika maisha yako?

Kwa Maombi:

Mshukuru Bwana kwa mara nyingi, usiyojulikana kwako mwenyewe, kwamba amezuia mkono wa uovu uliokusudiwa kwako.

Tumshukuru Bwana kwamba anapotuadhibu, anafanya hivyo kwa manufaa yetu.

Mwombe Bwana akusaidie kutii nidhamu yake katika maisha yako ili uweze kujifunza kile anachotaka kukufundisha.

# SURA YA 20- TENDA KILE UNACHOHUBIRI

*6 Yeremia akasema, Neno la Bwana limenijia, kusema, 7 Tazama, Hanameli, mwana wa Shalumu, mjomba wako, atakujia, akisema, Jinunulie shamba langu lililoko Anathothi; maana haki ya ukombozi ni yako, ulinunue. 8 Basi Hanameli, mwana wa mjomba wangu, akanijia ndani ya uwanda wa walinzi, sawasawa na lile neno la Bwana, akaniambia, Tafadhali, ulinunue shamba langu lililoko Anathothi, katika nchi ya Benyamini; maana haki ya urithi ni yako, na haki ya ukombozi ni yako; ujinunulie. Ndipo nikajua kama neno hili ni neno la Bwana. 9 Basi nikalinunua shamba lile lililoko Anathothi kwa Hanameli, mwana wa mjomba wangu, nikampimia fedha yake, shekeli kumi na saba za fedha. 10 Nami nikaitia sahihi ile hati, na kuipiga muhuri, nikawaita mashahidi, nikampimia ile fedha katika mizani. (Yeremia 32)*

Katika somo hili, tumeona jinsi Mungu alivyomwomba nabii, Yeremia, kunena maneno yenye changamoto. Haikuwa rahisi kuwahubiria watu ambao hawakumsikiliza au kukubali alichokuwa akisema. Katika sura ya mwisho, tulichunguza barua ambayo Yeremia aliwaandikia wahamishwa akiwaambia kwamba uhamisho wao ungechukua muda mrefu, lakini siku ilikuwa inakuja ambapo Mungu angewarudisha katika nchi ya baba zao.

Ingawa ilikuwa mara nyingi vigumu kwa Yeremia kunena maneno ya Bwana, lilikuwa jambo lingine kusimama nyuma ya maneno hayo kibinafsi. Wengi huhubiri lakini hawatendi yale wanayowaambia wengine. Katika Yeremia 32, Bwana anamtia Yeremia kwenye majaribu ili kuona kama aliamini kikweli kile alichokuwa anamwomba ahubiri.

*6 Yeremia akasema, Neno la Bwana limenijia, kusema, 7 Tazama, Hanameli, mwana wa Shalumu, mjomba wako, atakujia, akisema, Jinunulie shamba langu lililoko Anathothi; maana haki ya ukombozi ni yako, ulinunue. (Yeremia 32)*

Bwana alimwambia Yeremia kwamba binamu yake atakuja kumwona. Binamu ya Yeremia alitaka kumuuzia kipande cha ardhi huko Anathothi, mji wa kwao. Ingawa aina hii ya shughuli ilikuwa ya kawaida, kilichokuwa cha ajabu kuhusu hali hii ni hali ambayo mali ilikuwa inauzwa. Yeremia 32:2-3 inatupa muktadha:

*2 Basi, wakati huo jeshi la mfalme wa Babeli liliuzunguka Yerusalemu; na Yeremia, nabii, alikuwa amefungwa ndani ya uwanda wa walinzi, uliokuwa katika nyumba ya mfalme wa Yuda. 3 Kwa maana Sedekia, mfalme wa Yuda, alikuwa amemfunga, akisema, Kwa nini unatabiri, na kusema, Bwana asema hivi, Angalia, nitatia mji huu katika mikono ya mfalme wa Babeli, naye atautwaa;(Yeremia 32)*

Yeremia alikuwa gerezani. Alikuwa ametumwa huko na mfalme kwa ajili ya kutoa unabii dhidi ya taifa lake. Hakukuwa na habari kama angeweza kuondoka seli yake ili kufurahia mali aliyokuwa akipewa. Je, ardhi ilikuwa na manufaa gani kwa Yeremia ikiwa angeenda kukaa gerezani siku zake zote zilizobaki?

Angalia pia kile kilichokuwa kikitokea katika taifa wakati huo. "Mfalme wa Babeli alikuwa ameuzingira Yerusalemu." Wababiloni walikuwa wamepiga kambi kwenye mlango na walikuwa tayari kuchukua nchi yote. Huu haukuwa wakati wa kununua kipande cha mali. Je, ungenunua mali ikiwa nchi yako ilikuwa vitani na adui anatishia kuichukua kutoka kwako?

Binamu ya Yeremia alipofika gerezani na kumpa Yeremia mali, huenda kulikuwa na maswali machache akilini mwa nabii huyo. Je, anunue mali hiyo au asinunue? Je, kununua mali hiyo ulikuwa uwekezaji wa busara? Hekima ya kibinadamu ilimwambia ni upumbavu, lakini alikuwa akihubiri nini katika miezi ya hivi majuzi? Kama hangetabiri kwamba wahamishwa wangerudi katika nchi ambayo Mungu aliwapa baba zao. Kwa kununua ardhi hii, angeonyesha ulimwengu kwamba aliamini kile alichokuwa akihubiri.

Yeremia aliamua kumtii Bwana na kununua mali. Alilipa pesa kwa binamu yake na akatengeneza hati. Alimwita Baruku mwandishi na kumwomba achukue hati hizo na kuziweka kwenye gudulia la udongo kwa ajili ya kuhifadhiwa, akimwambia kwamba siku inakuja ambapo nyumba na mashamba ya mizabibu yangenunuliwa tena katika nchi.

*15 Maana Bwana wa majeshi, Mungu wa Israeli, asema hivi, Nyumba na mashamba na mashamba ya mizabibu yatanunuliwa tena katika nchi hii. (Yeremia 32:15)*

Kupitia Yeremia alimtii Bwana katika jambo hili, hakuelewa kile ambacho Mungu alikuwa akifanya. Sikiliza maombi yake katika mistari 24-25:

*24angalia maboma haya; wameujia mji huu ili kuutwaa; na mji huu umetiwa katika mikono ya Wakaldayo wanaopigana nao, kwa sababu ya upanga, na njaa, na tauni; na hayo uliyosema yamekuwa; na, tazama, wewe unayaona. 25 Nawe, Ee Bwana*

*MUNGU, umeniambia, Jinunulie shamba lile kwa fedha, ukawaite mashahidi; iwapo mji huu umetiwa katika mikono ya Wakaldayo; je! Itakuwaje?" (Yeremia 32)*

Yeremia alipambana na yale ambayo alikuwa ametoka tu kufanya. Alichagua kumtii Bwana na kuamini uongozi wake, lakini alikuwa na maswali mengi. Mungu alielewa kuchanganyikiwa kwa Yeremia na akamfariji katika mapambano yake:

*2 Tazama, mimi ni Bwana, Mungu wa wote wenye mwili; je! Kuna neno gumu lo lote nisiloliweza? (Yeremia 32)*

Mungu alimkumbusha Yeremia kwamba hakuna lililokuwa gumu kwake. Aliendelea kumwambia nabii:

*42Maana Bwana asema hivi, Kama nilivyoleta mabaya makuu haya yote juu ya watu hawa, vivyo hivyo nitaleta juu yao mema hayo yote niliyowaahidia. 43 Na mashamba yatanunuliwa katika nchi hii, mnayoitaja, mkisema, Ni ukiwa, haina mwanadamu wala mnyama; imetiwa katika mikono ya Wakaldayo. 44 Watu watanunua mashamba kwa fedha, watazitia sahihi hati zake, na kuzipiga muhuri, na kuwaita mashahidi, katika nchi ya Benyamini, na katika mahali palipo pande zote za Yerusalemu, na katika miji ya Yuda, na katika miji ya nchi yenye vilima, na katika miji ya nchi tambarare, na katika miji ya Negebu; kwa maana nitawarudisha wafungwa wao, asema Bwana. (Yeremia 32)*

Bwana alimkumbusha Yeremia kwamba angewarudisha watu wake katika nchi yao. Siku ilikuwa inakuja ambapo mashamba yangenunuliwa tena. Yeremia hakuwa tajiri. Inaweza kuwa kila kitu alichokuwa nacho kiliwekezwa katika kipande cha mali ambacho kingechukuliwa na Wababeli. Mungu alikuwa anamwomba Yeremia si tu kuhubiri Neno bali aonyeshe tumaini lake katika Neno hilo kwa kuwekeza katika nchi ambayo Mungu aliahidi kwamba siku moja ingerudishwa kwake.

Yeremia alichukua hatua ya imani siku hiyo. Mungu alimuuliza kama anaamini kile alichokuwa anahubiri. Alimtia majaribuni na kumwita awekeze kwenye yale aliyokuwa akiwafundisha wengine. Yeremia alipambana na uamuzi huo lakini aliazimia kutii. Je, tungefaulu mtihani huu leo?

Ya kuzingatia:

Je, ununuzi wa Yeremia ulikuwa na maana kutokana na maoni yanayopatana na akili na ya kibinadamu? Eleza.

Je, tunapaswa kufanya jambo wakati hatuelewi tunachofanya?

Je, mantiki na uelewa wa kibinadamu unapaswa kuwa msingi wa maamuzi yetu? Je, fikra na akili za kibinadamu zinaweza kutuzuia kutoka kwa utiifu?

Je, tunaona nini katika sura hii kuhusu umuhimu wa uthabiti katika neno na mtindo wa maisha? Je, unafanya kile unachohubiri?

Kwa Maombi:

Mwombe Bwana akusaidie kulitumaini Neno Lake na uongozi wake zaidi ya hekima na ufahamu wako wa kibinadamu. Mwombe neema ya kutii hata wakati huelewi kikamilifu kile anachokuomba ufanye.

Omba Mungu akusamehe kwa nyakati ambazo umepotea kutoka kwenye kweli ya Neno lake kwa sababu haikuwa na maana kwako.

Mwombe Bwana akuonyeshe ikiwa kuna kutofautiana katika kile unachosema na kufanya. Mwombe Mungu akupe neema ya kuwekeza katika kweli aliyokufunulia juu yake na kusudi lake kwa maisha yako.

# SURA YA 21- WATUMWA WALIORUDISHWA

*8 Neno hili ndilo lililomjia Yeremia, kutoka kwa Bwana, baada ya wakati ule mfalme Sedekia alipofanya agano na watu wote waliokuwa katika Yerusalemu, kuwatangazia habari ya uhuru; 9 ya kwamba kila mtu amweke huru mtumwa wake, na kila mtu amweke huru mjakazi wake, ikiwa yule mwanamume au yule mwanamke ni Mwebrania; mtu ye yote asiwatumikishe, yaani, asimtumikishe Myahudi, nduguye; 10 na wakuu wote, na watu wote, wakati, waliofanya agano hilo, ya kwamba kila mtu amweke huru mtumwa wake na mjakazi wake, mtu ye yote asiwatumikishe tena; wakatii, wakawaacha. 11 Lakini baadaye wakaghairi, wakawarudisha watumwa wale, na wajakazi wale, ambao wamewaacha huru, nao wakawatia utumwani wawe watumwa na wajakazi wao. (Yeremia 34)*

Ahadi ni rahisi kuahidi lakini ni ngumu zaidi kuitunza. Labda kujitolea kwako kwa Bwana kumemomonywa na majaribu na majaribu. Udhaifu wa kibinafsi umehatarisha ushuhuda wako Kwake. Marafiki, jamii, kazi, na maslahi mengine yameingia na kudhoofisha kujitolea kwako kwa Mwokozi. Watu wa Mungu katika siku za Yeremia walikuwa wakipitia mmomonyoko huo wa imani.

Katika Yeremia 34, Bwana anazungumzia dhambi fulani katika maisha ya taifa—mazoea ya kuwaweka watumwa wa Kiebrania.

*8 Neno hili ndilo lililomjia Yeremia, kutoka kwa Bwana, baada ya wakati ule mfalme Sedekia alipofanya agano na watu wote waliokuwa katika Yerusalemu, kuwatangazia habari ya uhuru; 9 ya kwamba kila mtu amweke huru mtumwa wake, na kila mtu amweke huru mjakazi wake, ikiwa yule mwanamume au yule mwanamke ni Mwebrania; mtu ye yote asiwatumikishe, yaani, asimtumikishe Myahudi, nduguye*

Ingawa walikuwa watumwa huko Misri, watu wa Mungu walikuwa wakiwatia ndugu na dada zao katika uovu huohuo. Mungu hakupendezwa na jambo hili.

Hatujui Yeremia alikuwa na sehemu gani katika kuachiliwa huko kwa watumwa, lakini alikuwa akihubiri kwamba watu wa Mungu walihitaji kurejeshwa Kwake na kwa kusudi Lake. Zoezi la utumwa lilikuwa mojawapo tu ya dhambi nyingi ambazo Yeremia alipaswa kushughulikia. Yeremia 34:8 inatuambia kwamba Sedekia alifanya agano na watu kuwafungua watumwa wote wa Kiyahudi. Angalia mwitikio wa watu kwa amri hii:

*10 Na wakuu wote, na watu wote, wakati, waliofanya agano hilo, ya kwamba kila mtu amweke huru mtumwa wake na mjakazi wake, mtu ye yote asiwatumikishe tena; wakatii, wakawaacha.*
*(Yeremia 34)*

Zoezi la kuchukua watumwa Waebrania lilikomeshwa nchini. Siku hiyo lazima iwe ilikuwa kuu sana kwa nabii Yeremia. Lazima alitiwa moyo kuona Bwana akifanya kazi kubwa namna hii katika maisha ya watu wake kwa kuwafungua watumwa hawa.

Ahadi ambayo watu walifanya katika kukomesha utumwa, hata hivyo, ilikuwa ya muda mfupi. Tunasoma katika Yeremia 34:11:

*11 Lakini baadaye wakaghairi, wakawarudisha watumwa wale, na wajakazi wale, ambao wamewaacha huru, nao wakawatia utumwani wawe watumwa na wajakazi wao.(Yeremia 34)*

Watu walibadili nia zao na kuwarudisha watumwa wao. Hatujui ni nini kililleta mabadiliko haya. Je, ni kwa sababu ya matatizo waliyoyapata bila watumwa? Maisha yakawa magumu kwa hawa waliokuwa wamiliki wa watumwa ambao hawakuwa na mtu wa kuwafanyia kazi hiyo. Huenda walihitaji kuajiri watu kufanya kazi ambazo, chini ya utumwa, zilifanywa kwa uhuru. Hili lilikuwa gumu kwenye mifuko yao.

Ingawa hatujui kwa nini walibadili mawazo yao, mambo yaliyotajwa hapo juu yaelekea yalikuwa sehemu ya uamuzi wao wa kurudisha utumwa. Ahadi yao kwa Mungu ilidhoofika ilipoleta magumu kwao. Walikuwa tayari kutii wakati utii ulipofaa, lakini hawakuwa tayari kuteseka.

Bwana alichukizwa na uamuzi wao wa kurejea ahadi yao. Mungu alimtuma Yeremia kueleza jinsi alivyochukizwa.

*15 Na ninyi mlikuwa mmegeuka, mkafanya yaliyo haki machoni pangu, kwa kumtangazia uhuru kila mtu ndugu yake; nanyi mlikuwa mmefanya agano mbele zangu, katika nyumba ile iitwayo kwa jina langu; 16 lakini mlighairi, na kulitukana jina langu; kila mtu akamrudisha mtumwa wake na mjakazi wake, ambao mmewaweka huru kama walivyopenda wenyewe, mkawatia utumwani tena, wawe watumwa wenu na wajakazi wenu. 17 Basi Bwana asema hivi, Hamkunisikiliza kumtangazia uhuru kila mtu ndugu yake, na kila mtu jirani yake; tazama, mimi nawatangazieni uhuru, asema Bwana, yaani, wa upanga, na njaa, na tauni; nami nitawatoa ninyi mtupwe huko na huko katika falme zote za dunia.*

*(Yeremia 34)*

Ghadhabu ya Mungu ingemwagwa juu ya wale waliovunja agano lao. Wangeangamia kwa upanga, tauni na njaa. Hivi majuzi tu, Yeremia alikuwa akifurahia kazi ya Mungu katika maisha haya. Sasa alitangaza hukumu ya Mungu juu ya watu hawa hawa.

Yeremia alipata shangwe za muda mfupi katika huduma. Aliona unyonge wa watu wa Mungu. Alitazama "mafanikio" yake yakigeuka kuwa majivu. Aliona watu wake wakimpa kisogo Mungu mambo yalipokuwa magumu. Alipata tamaa kubwa. Mafanikio kwa Yeremia yasingepimwa kwa matokeo bali kwa uaminifu kuhubiri ujumbe aliopewa na Mungu.

Yakuzingatia:

Je, umekuwa mwaminifu kwa ahadi zako? Chukua muda kuchunguza ahadi ulizotoa.

Je, umekuwa tayari kuteseka na magumu ili kuwa mkweli kwa neno lako na ahadi ulizoweka?

Je, ni majaribu gani unayokumbana nayo ili kurudi nyuma kwenye neno lako?

Je, matokeo ni kipimo cha mafanikio? Unafikiri Yeremia alijisikiaje kuona watu wa siku zake wakirudia ahadi zao? Je, umewahi kuhisi kile ambacho lazima alihisi siku hiyo?

Kwa Maombi:

Omba Mungu akupe neema ya kuwa mwaminifu kwa ahadi za kimungu ulizoweka maishani. Mwambie akupe nguvu unazohitaji wakati wajibu huu unapokuwa mzigo.

Omba Mungu akupe ushindi juu ya mambo yanayokuzuia kuwa mwaminifu kwa ahadi zako. Mwambie akuonyeshe unachohitaji kufanya kuhusu vizuizi hivi.

Mshukuru Bwana kwamba hajazingatia matokeo bali utii na uaminifu. Mwambie akupe neema unayohitaji unapohisi kukata tamaa katika huduma na maisha. Mwombe akusaidie kuwa mwaminifu, hasa nyakati za majaribu.

# SURA YA 22- WAREKABI

1 Neno hili ndilo lililomjia Yeremia, kutoka kwa Bwana, katika siku za Yehoyakimu, mwana wa Yosia, mfalme wa Yuda, kusema, 2 Enenda nyumbani kwa Warekabi, ukanene nao, ukawalete nyumbani kwa Bwana, katika chumba kimoja, ukawape divai wanywe." (Yeremia 35)

Katika Yeremia 35, tunakutana na kundi la watu wanaojulikana kama Warekabi. Kama wazao wa Rekabu, walikuwa watu wa pekee. Walikataa kunywa divai, hawakujenga nyumba, hawakupanda mbegu wala hawakupanda mizabibu. Waliishi katika mahema kama wahamaji, wakitanga-tanga kutafuta chakula. Mtindo huu wa maisha ulitokana na amri waliyopewa na babu yao Yonadabu, mwana wa Rekabu:

*6Lakini wakasema, Hatutakunywa divai; kwa maana Yonadabu, mwana wa Rekabu, baba yetu, alituamuru, akisema, Msinywe divai, ninyi wala wana wenu, hata milele; 7 wala msijenge nyumba, wala msipande mbegu, wala msipande mizabibu, wala msiwe nayo; bali siku zenu zote mtakaa katika hema; mpate kuishi siku nyingi katika nchi ambayo mtakaa ndani yake hali ya wageni.' (Yeremia 35)*

Kwa miaka mingi Warekabi hao walikuwa waaminifu kwa tamaa ya babu yao kwao wakiwa familia.

Bwana alimwomba Yeremia awaalike Warekabi katika nyumba ya Bwana (Yeremia 35:2). Walipofika, Yeremia alipaswa kuwatengenezea divai ili wanywe. Yeremia akafanya kama Bwana alivyomwamuru. Akawaleta Warekabi katika nyumba ya Bwana na kuweka vyungu vya divai mbele yao (Yeremia 35:5).

Warekabi walimweleza Yeremia kwa fadhili kwamba hawatakunywa divai kwa sababu ya amri ambayo babu yao Yonadabu alikuwa amewapa. Kama familia, walikuwa wamechagua kuheshimu matakwa yake na kukataa kunywa divai ambayo Yeremia alitoa:

*8Nasi tumeitii sauti ya Yonadabu, mwana wa Rekabu, baba yetu, katika yote aliyotuamuru, kwamba tusinywe divai siku zetu zote, sisi, na wake zetu, na wana wetu, na binti zetu; 9 wala tusijijengee nyumba za kukaa; wala hatuna shamba la mizabibu, wala konde, wala mbegu; 10 bali tumekaa katika hema, nasi tumetii; tukafanya sawasawa na yote aliyotuamuru Yonadabu, baba yetu. (Yeremia 35)*

Ilikuwa tu baada ya Warekabi kukataa mvinyo ya Yeremia, ndipo neno la BWANA likamjia nabii huyo:

*13 "Bwana wa majeshi, Mungu wa Israeli, asema hivi, Enenda ukawaambie wana wa Yuda, na wenyeji wa Yerusalemu, Je! Hamtaki kupokea mafundisho, myasikilize maneno yangu? Asema Bwana. 14 Maneno ya Yonadabu, mwana wa Rekabu, aliyowaamuru wanawe, kwamba wasinywe divai, yametimizwa, na hata leo hawanywi; maana waitii hiyo amri ya baba yao; lakini mimi nimesema nanyi, nikiamka mapema na kunena, bali ninyi hamkunisikiliza mimi. (Yeremia 35)*

Mungu alitumia mkutano huu kama somo kwa watu wake. Alionyesha jinsi Warekabu walivyokataa divai ya Yeremia kwa sababu lilikuwa kusudi lao maishani kufuata matakwa ya baba yao. Yonadabu, akiwa mtu wa kawaida, aliamuru familia yake ijiepushe na divai, na kwa miaka mingi waliheshimu tamaa yake. Hata hivyo, Mungu alizungumza na watu wake mara kwa mara, lakini hawakutii au kuheshimu matakwa yake. Warekabi waliwaheshimu sana mababu zao kuliko watu wa Yuda walivyomheshimu Mungu wao.

*16 Basi, kwa kuwa wana wa Yonadabu, mwana wa Rekabu, wameitimiza amri ya baba yao aliyowaamuru, lakini watu hawa hawakunisikiliza mimi;(Yeremia 35)*

Bwana alikasirishwa na watu wake kwa kukataa kwao kutembea katika kusudi lake. Kupitia Yeremia aliwaambia kwamba ataleta maafa kwa sababu ya kutotii kwao:

*17kwa sababu hiyo, asema Bwana, Mungu wa majeshi, Mungu wa Israeli; Tazama nitaleta juu ya Yuda, na juu ya wenyeji wote wa Yerusalemu, mabaya yote niliyoyatamka juu yao; kwa sababu nimesema nao, wasinisikilize; nimewaita, wala hawakuniitikia." (Yeremia 35)*

Mungu, hata hivyo, alichagua kuwabariki Warekabi kwa utii wao kwa Yonadabu:

*18 Naye Yeremia akawaambia watu wa nyumba ya Warekabi, Bwana wa majeshi, Mungu wa Israeli, asema hivi, Kwa sababu mmeitii amri ya Yonadabu, baba yenu, na kuyashika maagizo yake yote, na kutenda sawasawa na yote aliyowaamuru; 19 basi, kwa sababu hiyo, Bwana wa majeshi, Mungu wa Israeli, asema hivi, Yonadabu, mwana wa Rekabu, hatakosa kuwa na mtu wa kusimama mbele zangu hata milele. (Yeremia 35)*

Je, umewahi kuguswa na saa nyingi ambazo mfanyakazi atatumia kazini kupata dola chache zaidi? Je, shauku yao kwa mambo haya ya kilimwengu inalinganishwaje na bidii yetu kwa ajili ya Mfalme wa wafalme? Je, hakuna kitu kibaya wakati jamii yetu inapata furaha kubwa katika mambo ya dunia hii kuliko sisi kupata katika Mungu wetu? Je, hatukuumbwa kwa ajili ya Mungu? Je, kuridhika kwetu kuu na furaha haitokani na kumjua Yeye na uwepo Wake?

Warekabi walitanga-tanga kama wahamaji. Hawakuwa na nyumba, hawana mali, na walichoweza kubeba tu kutoka sehemu moja hadi nyingine. Hawakufurahia starehe za wale walioishi katika miji na nyumba. Hata hivyo, walikuwa tayari kutoa dhabihu hizo ili kumtii baba yao, Yonadabu. Utii kwa baba yao ukawa sifa yao kuu. Ilikuwa ni tamaa na kusudi lao maishani.

Ni nini kinachotutofautisha sisi kama waumini leo? Je, ni shauku ya kutoka moyoni kumpendeza Baba yetu wa mbinguni? Je, hii ndiyo inafafanua maisha yetu? Je, tuko tayari kudhabihu starehe na mapendeleo ya maisha ili kumpendeza Baba yetu? Je, sisi, kama Warekabi, tutapinga vishawishi vyote ambavyo vinaweza kutuondoa kwenye ahadi hii? Kwa nini watenda-maovu hujisifu waziwazi kuhusu maisha yao ya dhambi na ukosefu wa adili, lakini watu wa Mungu hujitahidi kujulikana kuwa wale wanaoishi ili kumpendeza Baba yao wa mbinguni? Maneno ya Yeremia na kielelezo cha Warekabu yanaendelea kututia changamoto katika siku zetu.

Yakuzingatia:

Warekabi walikuwa nani, na ni nini kilichowatofautisha na watu wengine katika eneo hilo?

Ni mambo gani ambayo watu katika jamii yako huchangamkia? Je, wamejitolea kwa kanuni zipi za kidunia?

Je, umesisimka kuhusu uhusiano wako na Mungu? Je, unapata furaha kubwa katika kumtii?

Ni nini kinatuzuia tusipate furaha hii na kujitolea?

Kwa Maombi:

Mwombe Bwana aondoe chochote ambacho kingekuzuia kupata furaha na shukrani ndani Yake. Mwambie akupe moyo mwaminifu.

Mwambie Bwana awachochee watu wake kwa upendo mkuu na kujitolea Kwake. Chukua muda kuomba hili kwa ajili ya kanisa lako au kikundi cha ushirika.

Omba ili jumuiya yako ione ibada na furaha ambayo kanisa lako linayo katika kumpendeza Baba yake wa mbinguni. Omba kwamba wavutwe si kwetu bali kwa Mungu anayeleta shangwe kama hiyo kwa mioyo yetu.

# SURA YA 23- GOMBO LILILOCHOMWA

*32Ndipo Yeremia akatwaa gombo lingine, akampa Baruku, mwandishi, mwana wa Neria, naye akayaandika maneno yote yaliyotoka katika kinywa cha Yeremia, ya kitabu kile alichokiteketeza Yehoyakimu, mfalme wa Yuda, katika moto; tena maneno mengi zaidi kama yale yakatiwa ndani yake. (Yeremia 36)*

Kwa muda mrefu, wanaume na wanawake wamejaribu kukataa ukweli wa Maandiko. Wengine wamechana na kuchoma nakala za Biblia kwa kuchukizwa nayo. Biblia imepigwa marufuku katika nchi. Wanajeshi wameagizwa kutafuta na kuharibu nakala zozote walizopata. Kihistoria, wale waliotafsiri Biblia walichomwa motoni. Walioisambaza walitupwa gerezani.

Sio tu kwamba Neno la Mungu limeshambuliwa kimwili—lakini pia limepata mashambulizi ya kiakili. Huenda tusiogope uwezekano wa askari kuvunja nyumba yetu na kuchukua Biblia zetu, lakini tunapatwa na mashambulizi ya wale wanaotaka kuidharau Biblia. Tunaona idadi inayoongezeka ya wasomi wakitilia shaka ukweli wa Neno hili. Kwa wengi, Biblia si mwongozo tena wenye mamlaka kwa maisha na mafundisho. Wanahisi kuwa imepitwa na wakati na haifai tena kwa jamii yetu ya sasa.

Ufafanuzi mbaya na upotoshaji wa ukweli ulio ndani yake ni masuala katika siku zetu. Zaidi na zaidi, Biblia inawekwa kwenye rafu na nafasi yake kuchukuliwa na maoni ya watu wengi. "Ikiwa wengi wanafikiri jambo fulani ni sawa, haliwezi kuwa mbaya," ni falsafa ya kisasa.

Tangu mwanzo wa nyakati, imekuwa ni mbinu ya Shetani kudharau Neno la Mungu. Katika bustani ya Edeni, nyoka alitaka kutilia shaka Neno la Mungu aliposema:

*1Basi nyoka alikuwa mwerevu kuliko wanyama wote wa mwitu aliowafanya Bwana Mungu. Akamwambia mwanamke, Ati! Hivi ndivyo alivyosema Mungu, Msile matunda ya miti yote ya bustani?*
*(Mwanzo 3)*

Mbinu ya Shetani haijabadilika. Shauku yake kuu ni kuwageuza watu kutoka kwenye ukweli wa Mungu na kusudi lake kwa maisha yao.

Katika Yeremia 36, Bwana alimwomba nabii kuandika maneno yake kwenye gombo. Kwa kuirekodi kwa maandishi, alikuwa akihifadhi maneno kwa ajili ya vizazi vijavyo na kuyafanya yaweze kupatikana kwa watu wengi zaidi. Mungu alimwambia Yeremia aandike maneno yote ambayo alikuwa amempa kusema dhidi ya Israeli na Yuda. Nadhani hii ingechukua muda.

*1 Ikawa katika mwaka wa nne wa Yehoyakimu, mwana wa Yosia, mfalme wa Yuda, neno hili likamjia Yeremia, kutoka kwa Bwana, kusema, 2 Twaa gombo la chuo, ukaandike ndani yake maneno yote niliyokuambia juu ya Israeli, na juu ya Yuda, na juu ya mataifa yote, tangu siku ile niliponena nawe, tangu siku za Yosia, hata siku hii ya leo. 3 Huenda nyumba ya Yuda watasikia mabaya yote niliyokusudia kuwatenda; wapate kurudi, kila mtu akaiache njia yake mbaya; nami nikawasamehe uovu wao na dhambi yao."*

*(Yeremia 36)*

Angalia katika Yeremia 36:3 kwamba Bwana alitamani kwamba watu waliposikia maneno haya wakisomewa, watubu na kumrudia kwa msamaha.

Baada ya kumaliza kitabu cha kukunjwa, Yeremia alimwomba rafiki yake Baruku asome katika nyumba ya Bwana. Yeremia, wakati huo, alikuwa amekatazwa kuingia hekaluni. Njia pekee ambayo nabii huyo angeweza kueleza ukweli ambao Mungu alimpa ilikuwa ni kumwambia Baruku asome maneno yaliyoandikwa katika kitabu hicho cha kukunjwa.

*5 Yeremia akamwagiza Baruku, ya kwamba, Mimi nimefungwa, siwezi kuingia katika nyumba ya Bwana. 6 Basi, enenda wewe, ukasome katika gombo la chuo, ambacho umeandika ndani yake, maneno ya Bwana yaliyotoka kinywani mwangu, ukiyasoma katika masikio ya watu, ndani ya nyumba ya Bwana, siku ya kufunga; pia utayasoma masikioni mwa watu wote wa Yuda, watokao katika miji yao. (Yeremia 36)*

Baruku akafanya kama Yeremia alivyomwomba, akawasomea wale waliokusanyika katika nyumba ya Bwana maneno ya kitabu hicho.

Mikaya, mjukuu wa Shafani, alipowasikia, akawaambia wakuu mambo aliyosikia. Maofisa hao walimwomba Baruku awasomee kibinafsi maneno ya Yeremia. Unabii huo uliwagusa sana hivi kwamba waliona ni muhimu kupeleka hati-kunjo kwa mfalme.

*16Ikawa, walipoyasikia maneno hayo yote, wakatazamana kwa hofu, wakamwambia Baruku, Hatuna budi kumwambia mfalme maneno haya yote. (Yeremia 36)*

Hata hivyo, kabla ya kwenda kwa mfalme, maofisa hao walimwomba Baruku atambue mwandishi. Aliwajulisha kwamba walikuwa wametoka kwa Yeremia. Maafisa walijua kwamba Yeremia hakupigwa marufuku tu kutoka katika nyumba ya Bwana, lakini wengi walitaka kumuua. Ingawa maneno haya yalitoka kwa Yeremia, maofisa walijiona kuwa wa muhimu vya kutosha kumletea mfalme. Hata hivyo, kabla ya kuwatafuta wasikilizaji wake, walimwambia Baruku amtafute Yeremia na amfiche. Walishuku kwamba mfalme hangefurahishwa na kile atakachosikia.

*19Ndipo hao wakuu wakamwambia Baruku, Enenda ukajifiche, wewe na Yeremia, wala mtu asipajue mlipo. (Yeremia 36)*

Maofisa wakamletea Mfalme Yehoyakimu kitabu hicho, wakaanza kusoma kilichokuwa ndani yake. Waliposoma, mfalme alichukua kisu chake na kukata kila sehemu ya unabii kutoka kwa maandishi na kuitupa motoni. Alifanya hivyo ingawa Elnathani, Delaya na Gemaria walimsihi asifanye hivyo (Yeremia 36:25). Kwa kuharibu maneno ya Yeremia, mfalme alikuwa akionyesha dharau yake kwa neno la Mungu. Kumbuka kwamba kitabu hiki cha kukunjwa kiliandikwa kwa mkono, na inaelekea hakukuwa na nakala nyingine.

Baada ya kuteketeza kitabu hicho cha kukunjwa, Mfalme Yehoyakimu aliamuru Baruku na Yeremia wakamatwe na kufungwa gerezani. Hata hivyo, walitoroka kwa kusikiliza shauri la maofisa waliowaambia wajifiche.

Kazi yote ngumu ya Yeremia sasa ilikuwa imeteketezwa. Saa nyingi za kazi kwa ajili ya Bwana sasa zilikuwa rundo la majivu. Tunaweza kufikiria kwamba jambo hilo lingevunja moyo sana. Nyuma ya haya, bila shaka, kulikuwa na juhudi za adui kuharibu neno la Mungu. Kinachoshangaza kuhusu hadithi hii, hata hivyo, ni ukweli kwamba Mungu alihifadhi neno Lake licha ya jitihada za mfalme kuliangamiza. Mungu aliitunza kwa kuwalinda watumishi wake ambao kupitia kwao neno lake lilikuja. Baada ya mfalme kukiteketeza kile gombo, neno la BWANA likamjia tena Yeremia.

*27Ndipo neno la Bwana likamjia Yeremia, hapo mfalme alipokuwa amekwisha kuliteketeza gombo lile, na maneno yale aliyoyaandika Baruku, yaliyotoka katika kinywa cha Yeremia, kusema, 28 Haya! Twaa wewe gombo lingine, ukaandike ndani yake maneno yote ya kwanza, yaliyokuwa katika gombo la kwanza, ambalo Yehoyakimu, mfalme wa Yuda, ameliteketeza. (Yeremia 36)*

Mungu alimwomba Yeremia achukue hati-kunjo nyingine na kuandika upya maneno yote yaliyokuwa katika kitabu cha kukunjwa cha kwanza. Sikiliza kile Yeremia 36:32 inasema kuwa matokeo yalikuwa:

*32 Ndipo Yeremia akatwaa gombo lingine, akampa Baruku, mwandishi, mwana wa Neria, naye akayaandika maneno yote yaliyotoka katika kinywa cha Yeremia, ya kitabu kile alichokiteketeza Yehoyakimu, mfalme wa Yuda, katika moto; tena maneno mengi zaidi kama yale yakatiwa ndani yake. (Yeremia 36)*

Mstari wa 32 unatuambia kwamba Yeremia aliandika "maneno yote ya kile kitabu cha kukunjwa ambacho Yehoyakimu mfalme wa Yuda alichochoma motoni." Neno dogo "wote" ni muhimu. Inadokeza kwamba kila kitu kilichokuwa katika kitabu cha kukunjwa cha kwanza kilikuwa katika kitabu cha kukunjwa cha pili. Hakuna kilichokosekana. Zaidi ya hayo, hata hivyo, maneno mengi yanayofanana yaliongezwa. Kwa maneno mengine, Mungu alimpa

Yeremia zaidi ya aliyokuwa nayo katika kitabu cha kukunjwa cha kwanza. Mungu aliuhifadhi unabii wa Yeremia hata kupitia kwa mfalme aliiangamiza nakala ya asili kwa moto. Tuna neno la Yeremia leo kwa sababu Mungu hangeruhusu liangamizwe.

Tangu siku za Yeremia, wengine wamejaribu kuliangamiza neno la Mungu, lakini Mungu amelihifadhi. Sio tu kwamba Mungu alilinda neno hili, lakini lilienea kwa maandishi ulimwenguni kote. Ilipitishwa kutoka kizazi hadi kizazi ili leo hii, tuisome na tuendelee kupingwa na yaliyomo. Mungu aliyempa Yeremia maneno ya kusema, pia alihakikisha kwamba yangewafikia wale waliohitaji kuyasikia. Alihifadhi kile alichomwita Yeremia kuhubiri na kukipaka mafuta kwa kusudi lake ulimwenguni kote. Yeremia hangeweza kamwe kuwazia habari zilipokuja kwamba kitabu cha kukunjwa cha kwanza kilikuwa kimeharibiwa, ni kwa kadiri gani Mungu angechukua maneno ambayo alimpa mara ya pili.

Tunaona kutokana na hili kwamba tuna Mungu ambaye ni mkuu kuliko vile adui anatufanyia. Adui atapiga kwa mishale yake. Atatusababishia maumivu na mateso, lakini zaidi ya yote, huyu ni Mungu anayetupenda na kutujali. Atatawala kile ambacho adui anafanya na kupanua ufalme wake katika maisha yetu na duniani kote.

Ya kuzingatia:

Je, umeona mashambulizi gani kwenye Neno la Mungu katika siku zako?

Kwa nini Biblia na kweli iliyomo ni muhimu sana? Tungekuwa wapi leo bila ukweli huu?

Je, umewahi kukata tamaa ulipoona kazi yako kwenye majivu kabla yako? Je, Mungu alisuluhisha jinsi gani maelezo ya jambo hilo lililoonekana kuwa hasara kwa Yeremia?

Je, unapata kitia-moyo gani katika uhakika wa kwamba Mungu alihifadhi kazi aliyomwita Yeremia hadi ikamilishe kile Alichokusudia? Je, hii ina maana gani kwa maisha yako binafsi?

Kwa Maombi:

Chukua muda wa kumshukuru Bwana kwa jinsi ambavyo amehifadhi ukweli wa Neno Lake kwa miaka mingi.

Mwombe Bwana akupe uthamini wa ndani zaidi wa kweli tuliyo nayo katika kurasa za Neno Lake lililopuliziwa.

Mshukuru Bwana kwa kuwa anapoita, pia hututayarisha na kuhifadhi juhudi anazotuita tufanye kwa utukufu wake.

Mwombe Mungu akuwezeshe kumwamini hata wakati mambo hayaendi vile ulivyotarajia.

# SURA YA 24 – UOGA JUU YA MAISHA YAKE

*11 Hata ikawa, jeshi la Wakaldayo lilipokuwa limevunja kambi yao mbele ya Yerusalemu, kwa kuliogopa jeshi la Farao, 12 ndipo Yeremia akatoka Yerusalemu, ili aende mpaka nchi ya Benyamini, alipokee huko fungu lake kati ya watu. 13 Naye alipokuwa katika lango la Benyamini, akida wa walinzi alikuwapo, jina lake Iriya, mwana wa Shelemia, mwana wa Hanania; akamkamata Yeremia, nabii, akisema, Unakwenda kujiunga na Wakaldayo. 14 Ndipo Yeremia akasema, Ni uongo, siendi kujiunga na Wakaldayo; lakini yeye asimsadiki; basi Iriya akamkamata Yeremia, akamleta kwa wakuu. (Yeremia 37)*

Mji wa Yerusalemu ulikuwa umezingirwa. Wababeli waliizunguka, wakakata vifaa. Walijiondoa, hata hivyo, walipogundua kwamba Misri ilikuwa inakaribia. Hilo liliwapa raia wa Yerusalemu kitulizo kilichohitajiwa. Ilikuwa ni wakati huu ambapo Yeremia aliamua kuondoka mjini na kusafiri hadi Benyamini ambako alikuwa amenunua kipande cha mali kutoka kwa binamu yake (ona Yeremia 32).

Yeremia alipofika kwenye Lango la Benyamini, alikutana na Iriya, mlinzi. Irija alijua kwamba Yeremia alikuwa akihubiri kuhusu kujisalimisha kwa Wababeli. Kumwona Yeremia mlangoni kulimfanya Iriya awe na mashaka. Mawazo ya Irijah yalianza kufanya kazi, na akafikia hitimisho la uwongo:

> 13 Naye alipokuwa katika lango la Benyamini, akida wa walinzi alikuwapo, jina lake Iriya, mwana wa Shelemia, mwana wa Hanania; akamkamata Yeremia, nabii, akisema, Unakwenda kujiunga na Wakaldayo" (Yeremia 37)

Irija alimshtaki nabii huyo kwa kukimbilia adui. Yeremia alitaka kujitetea dhidi ya shtaka la Irija. Irijah, hata hivyo, hakutaka kusikiliza. Badala yake, alimkamata nabii huyo na kumpeleka kwa maofisa wa jiji.

Shtaka hilo la uwongo lilifanya mambo kuwa magumu sana kwa Yeremia. Viongozi walimpiga na kumtupa gerezani ambako angekaa kwa siku nyingi.

> 15 Nao wakuu wakamkasirikia Yeremia, wakampiga, wakamtia gerezani katika nyumba ya Yonathani, mwandishi; kwa maana ndiyo waliyoifanya kuwa gereza. 16 Basi, Yeremia alipokuwa ameingia katika nyumba ya shimo, na katika vyumba vya ndani; na Yeremia alipokuwa amekaa humo siku nyingi; (Yeremia 37).

Tunaona hali zenye uchungu katika gereza hilo wakati Mfalme Sedekia alipokuja kwa siri kumtembelea. Baada ya kuzungumza na mfalme, Yeremia alitoa ombi la kibinafsi:

> 20 Na sasa unisikilize, Ee bwana wangu mfalme; maombi yangu yakapate kibali mbele yako; usinirudishe nyumbani mwa Yonathani, mwandishi, nisije nikafa humo." (Yeremia 37)

Yeremia alimsihi mfalme asimrudishe gerezani katika nyumba ya Yonathani kwa sababu aliogopa kwamba angefia humo (Yeremia

37:20).

Hii haikuwa mara pekee Yeremia kuwa na sababu ya kuhofia maisha yake. Katika Yeremia 38, alikuwa akihubiri kuhusu kujisalimisha kwa Wakaldayo (ona Yeremia 38:2-3). Aliwaambia wale waliokuwa wakisikiliza kwamba mtu atakayebaki mjini atakufa kwa upanga, njaa na tauni. Kwa upande mwingine, kama wangeenda uhamishoni pamoja na Wababeli, wangeishi:

*2 "Bwana asema hivi, Akaaye ndani ya mji huu atakufa kwa upanga, na kwa njaa, na kwa tauni; bali yeye atokaye kwenda kwa Wakaldayo ataishi, naye atapewa maisha yake yawe kama nyara, naye ataishi. 3 Bwana asema hivi, Bila shaka mji huu utatiwa katika mikono ya jeshi la mfalme wa Babeli, naye atautwaa. (Yeremia 38)*

Shefatia, Gedalia, Yukali na Pashuri waliposikia maneno ya Yeremia, walihisi ushawishi wake ulikuwa unadhoofisha azimio la askari kupigana na adui yao.

*4Ndipo wakuu wakamwambia mfalme, Twakuomba, mtu huyu auawe, kwa kuwa aidhoofisha mikono ya watu wa vita, waliobaki katika mji huu, na mikono ya watu wote, kwa kuwaambia maneno kama hayo; maana mtu huyu hawatafutii watu hawa heri, bali shari." (Yeremia 38)*

Baada ya kusikia ujumbe wa Yeremia, maofisa hao walimwendea Mfalme Sedekia ili wapate ruhusa ya kumuua nabii huyo. Sedekia akatoa ruhusa. Kisha maofisa hao wakamtupa Yeremia ndani ya kisima tupu kilichojaa matope. Walipomshusha Yeremia kwa kamba, alizama ndani kabisa ya matope hayo, ambapo aliachwa afe.

6 Basi wakamchukua Yeremia na kumtupa ndani ya kisima cha Malkia, mwana wa mfalme, kilichokuwa kwenye ua wa walinzi, wakamshusha Yeremia kwa kamba. Na hapakuwa na maji ndani ya kisima, ila matope tu, na Yeremia akazama ndani ya matope. (Yeremia 38)

Towashi Mwethiopia aliyeitwa Ebed-Meleki, aliyemjua Yeremia, aliposikia yaliyotukia, alimwendea mfalme kwa niaba ya Yeremia. Sikiliza maneno yake kwa mfalme siku hiyo:

> 9 "Ee bwana wangu, mfalme, watu hawa wametenda mabaya katika mambo yote waliyomtenda Yeremia, nabii, ambaye wamemtupa shimoni; naye hakosi atakufa pale alipo, kwa sababu ya njaa; kwa kuwa hapana mkate kabisa katika mji." (Yeremia 38)

Ebed-Meleki alielewa kwamba asipomfanyia Yeremia jambo fulani, angekufa akiwa ameachwa ndani ya kisima hicho. Mfalme Sedekia alitoa ruhusa kwa Ebed-Meleki kuchukua watu thelathini kumwokoa Yeremia. Yeremia alirudi gerezani, lakini maisha yake yaliokolewa.

Ujumbe ambao Bwana alimwita Yeremia kuhubiri ulikuwa ujumbe wa hatari. Alihatarisha maisha yake akifundisha Neno la Mungu. Yeremia alielewa jinsi ilivyokuwa hatari kushiriki maneno ya Bwana katika siku hizo na mara nyingi alihofia maisha yake.

Baada ya Yeremia kuokolewa kutoka kwenye kisima, Mfalme Sedekia alikuja kumwona. Mfalme alitaka kusikia kutoka kwa Bwana. Sikiliza mazungumzo yaliyofanyika siku hiyo:

> 14 Kisha mfalme Sedekia akatuma watu, akamleta nabii Yeremia kwake, ndani ya maingilio ya tatu ya nyumba ya Bwana; mfalme akamwambia Yeremia, Nataka kukuuliza neno, nawe usinifiche neno lo lote. 15 Basi Yeremia akamwambia Sedekia, Kama

*nikikufunulia neno hilo, je! Hutaniua wewe? Tena, mimi nikikupa shauri wewe hutanisikiliza. 16 Basi Sedekia mfalme akamwapia Yeremia kwa siri, akisema, Kama Bwana aishivyo, yeye aliyetufanyia roho zetu, sitakuua, wala sitakutia katika mikono ya watu hao wanaokutafuta wakuue. 17 Ndipo Yeremia akamwambia Sedekia, Bwana, Mungu wa majeshi, Mungu wa Israeli, asema hivi, Kama ukitoka kwenda kwa wakuu wa mfalme wa Babeli, basi nafsi yako utaishi, wala mji huu hautateketezwa; nawe utaishi na nyumba yako;(Yeremia 38)*

Mfalme Sedekia alipomwomba Yeremia kutafuta mapenzi ya Bwana, nabii huyo alionyesha wasiwasi wake kwamba ikiwa angesema neno ambalo Mungu alimpa, angemuua. Mfalme Sedekia aliahidi kwamba hatamuua au kumkabidhi kwa wale wanaotaka kumuua. Kwa uhakikisho huo, Yeremia hakuzuia chochote. Alisema maneno ya Mungu waziwazi, akimwambia Sedekia kwamba ikiwa alitaka kuishi, alihitaji kujisalimisha kwa adui.

Yeremia aliishi na mvutano moyoni mwake. Alitaka kuishi, lakini pia alihitaji kuwa mtiifu kwa Bwana na kuhubiri ujumbe ambao Mungu alimpa. Ilikuwa ni huduma ya upweke na yenye changamoto, lakini Mungu hakumwacha nabii katika nyakati hizi. Alimtumia Mfalme Sedekia kumwokoa kutoka katika gereza alilohofia kuwa mwisho wake ungekuwa. Alimtumia Ebed-Meleki kumwokoa na kifo hakika katika kisima kilichoachwa. Mungu aliyemwita Yeremia katika huduma hii, alisimama kwa uaminifu upande wake alipokuwa akitembea kwa utiifu na kuhubiri ukweli.

Yakuzingatia:

Je, umewahi kushtakiwa kwa uwongo? Je, uongo wa adui una nguvu kiasi gani?

Ilikuwaje kwa Yeremia gerezani katika nyumba ya Yonathani? Ilikuwaje kwake kwenye kisima?

Je, Mungu anaahidi kwamba maisha yetu hayatakuwa na mapambano? Je, matatizo yako yamekuwa yapi katika huduma na maisha ya kibinafsi?

Ulinzi wa Mungu ulionekanaje katika maisha ya Yeremia?

Je, ni rahisi vipi kwetu kuzingatia matatizo yanayotukabili na kutouona uwepo wa Mungu katika matatizo hayo?

Fikiria jinsi Mungu alivyompa Yeremia nguvu za kufanya yale aliyohitaji kufanya. Je, nguvu hizi zinapatikana kwetu leo? Je, kuna jambo ambalo Mungu angetaka ufanye ambalo umepinga kwa sababu hukuhisi kwamba huna nguvu na ujasiri unaohitajika?

Kwa Maombi:

Mwombe Mungu akulinde dhidi ya shutuma za uongo za adui. Asante Bwana kwa kuwa anaelewa jinsi kushtakiwa kwa uwongo.

Mwombe Bwana akupe ujasiri wa kutii hata pale utiifu huo unapofanya maisha kuwa magumu kwako.

Je, unakabiliwa na kesi sasa hivi? Mwombe Bwana akusaidie kuona ushahidi wa uwepo Wake katika pambano lako. Chukua muda kumshukuru kwa uwepo huo.

Mwombe Mungu akupe ujasiri wa kutoka katika wito alionao kwa ajili ya maisha yako, ukijua kwamba yeye aliyekuita ni mwaminifu ili akupe nguvu, ujuzi na ujasiri wa kutimiza wito huo.

# SURA YA 25- KURUDI MISRI

*19 Bwana asema katika habari zenu, enyi mabaki ya Yuda, Msiingie Misri; jueni sana ya kuwa nimewashuhudia hivi leo. 20 Maana mmetenda kwa hila juu ya nafsi zenu wenyewe; kwa kuwa mmenituma kwa Bwana, Mungu wenu, mkisema, Utuombee kwa Bwana, Mungu wetu, ukatufunulie sawasawa na yote atakayoyanena Bwana, Mungu wetu, nasi tutayatenda; 21 nami nimewafunulia haya leo; lakini ninyi hamkuitii sauti ya Bwana, Mungu wenu, katika neno lo lote ambalo amenituma kwenu. 22 Basi, sasa jueni sana ya kuwa mtakufa kwa upanga, na kwa njaa, na kwa tauni, katika mahali pale mnapopatamani kwenda na kukaa." (Yeremia 42)*

Yeremia 39-46 ni mojawapo ya sehemu za kuhuzunisha zaidi za kitabu kizima. Katika sura hizi nane, Mungu anamwaga ghadhabu Yake si mara moja, bali mara mbili juu ya watu Wake waasi.

Yeremia 39 inasimulia hadithi ya anguko la Yerusalemu. Nebukadreza alishambulia jiji baada ya kukata vifaa vyake. Katika hali yake ya unyonge, hakuwa na shida kuteka jiji. Mfalme Sedekia alijaribu kukimbia lakini alikamatwa na kupelekwa mbele ya Nebukadneza. Nebukadreza aliwaua wana wa Sedekia alipokuwa akitazama, na kisha akang'oa macho yake kabla ya kumfunga na kumpeleka Babeli (Yeremia 39:4-7).

Adui aliendelea kubomoa kuta za Yerusalemu, akiiacha bila ulinzi. Babeli iliteketeza jumba la mfalme na nyumba nyingi muhimu katika mji (Yeremia 39:8). Waliwaongoza wakaaji wa Yerusalemu hadi Babiloni. Watu pekee waliobaki katika nchi hiyo walikuwa maskini na maskini—wale Babiloni hawakuhitaji. Nebukadreza alimchagua Gedalia, mjukuu wa Shafani, kama liwali juu ya mabaki haya madogo (Yeremia 40:5). Yeremia alibaki na watu kati ya magofu ya Yerusalemu.

Watu waliosalia wakamzunguka Gedalia. Wayahudi, kutoka mikoa ya jirani, walikuja Yerusalemu kuishi chini ya uongozi wa gavana huyu mpya (Yeremia 40:11-12). Bwana akawabariki chini ya uongozi wa Gedalia. Tunaona uthibitisho wa hili katika Yeremia 40:12.

*12 basi, Wayahudi wote wakarudi kutoka kila mahali walikofukuzwa wakaenda mpaka nchi ya Yuda, wakamwendea Gedalia huko Mizpa, wakakusanya divai, na matunda ya wakati wa jua mengi sana. (Yeremia 40)*

Wale waliobaki "walikusanya divai na matunda ya kiangazi kwa wingi sana." Licha ya kile kilichotokea, baraka za Mungu zilionekana wazi katika maisha ya watu hawa.

Mambo yalionekana kuwa mazuri hadi njama dhidi ya Gedalia ilipofichuliwa.

*13 Tena Yohana, mwana wa Karea, na wakuu wote wa majeshi ya barani, wakamwendea Gedalia huko Mizpa, 14 wakamwambia, Je! Una habari wewe ya kuwa Baalisi, mfalme wa wana wa Amoni, amemtuma Ishmaeli mwana wa Nethania, akuue? Lakini Gedalia, mwana wa Ahikamu, hakusadiki neno hili. (Yeremia 40)*

Kwa sababu fulani, Gedalia alipoambiwa kuhusu njama hiyo, alikataa kuikubali. Hata hivyo, muda fulani baadaye, njama dhidi ya gavana ilifanyika:

*1 Basi ikawa katika mwezi wa saba, Ishmaeli, mwana wa Nethania, mwana wa Elishama, mmoja wa wazao wa kifalme, tena ni mmoja wa majemadari wa mfalme, na watu kumi pamoja naye, wakamwendea Gedalia, mwana wa Ahikamu, huko Mizpa; nao walikula chakula pamoja huko Mizpa. 2 Akaondoka huyo Ishmaeli, mwana wa Nethania, na watu wale kumi waliokuwa pamoja naye, wakampiga Gedalia, mwana wa Ahikamu, mwana wa Shafani, kwa upanga, wakamwua; yeye ambaye mfalme wa Babeli amemweka kuwa liwali wa nchi. 3 Tena Ishmaeli akawaua Wayahudi wote waliokuwa pamoja naye, yaani, pamoja na Gedalia, huko Mizpa, na hao Wakaldayo walioonekana huko, yaani, watu wa vita. (Yeremia 41)*

Ishmaeli, mwana wa Nethania, akaja kwa Gedalia, nao walipokuwa wakila pamoja, akainuka na kumwua liwali, Wayuda waliokuwa pamoja naye, pamoja na baadhi ya askari wa Babeli waliokuwapo siku hiyo.

Mauaji ya gavana wao yalizua taharuki mjini. Kwa kuogopa Babeli ingefanya nini iliposikia juu ya tukio hili, watu walimwendea Yeremia, wakimwomba atafute mapenzi ya Bwana kwa ajili yao katika hali hii. Yeremia aliomba na siku kumi baadaye akapokea neno kutoka kwa Bwana kwa ajili ya watu.

*9akawaambia, Bwana, Mungu wa Israeli, ambaye mlinituma kwake, ili niyaweke maombi yenu mbele yake, asema hivi; 10 Ikiwa mtakaa bado katika nchi hii, ndipo nitawajenga, wala* sitawabomoa, nami nitawapanda, wala sitawang'oa; kwa maana nayajutia mabaya niliyowatenda. 11 Msimwogope mfalme wa Babeli, mnayemwogopa; msimwogope, asema Bwana; maana mimi ni pamoja nanyi, niwaokoe, na kuwaponya na mkono wake. 12 Nami nitawapa rehema, kwamba awarehemu ninyi, na kuwarudisha mkae katika nchi yenu wenyewe. 13 Lakini mkisema, Hatutaki kukaa katika nchi hii; msiitii sauti ya Bwana, Mungu wenu; 14 mkisema, La! Lakini tutakwenda nchi ya Misri, ambayo hatutaona vita, wala kuisikia sauti ya tarumbeta, wala kuona njaa kwa kukosa chakula; nasi tutakaa huko; 15 basi, lisikieni neno la Bwana, enyi mabaki ya Yuda; Bwana wa majeshi, Mungu wa Israeli, asema hivi, Ikiwa mwakaza nyuso zenu kuingia Misri, na kwenda kukaa huko; 16 basi, itakuwa, upanga mnaouogopa utawapata huko, katika nchi ya Misri, nayo njaa mnayoiogopa itawafuatia mbio huko Misri, nanyi mtakufa huko. (Yeremia 42)

Ilikuwa ni mapenzi ya Bwana kwamba watu wabaki katika Yuda. Aliahidi kuwakomboa kutoka katika mkono wa Babeli. Hawakupaswa kwenda Misri, kutafuta ulinzi wake. Ikiwa wangefanya hivyo, wangeangamia Misri. Upanga ambao waliogopa ungewafuata hadi Misri.

Watu hawakupenda ujumbe wa Yeremia. Wengine walimshtaki kwa kusema uwongo:

*1 Ikawa Yeremia alipokwisha kuwaambia watu wote maneno yote ya Bwana, Mungu wao, ambayo Bwana, Mungu wao, amemtuma kwao, yaani, maneno hayo yote, 2 ndipo Azaria, mwana wa Hoshaya, na Yohana mwana wa Karea, na watu wote wenye kiburi wakanena, wakimwambia Yeremia, Unasema uongo; Bwana, Mungu wetu, hakukutuma useme, Msiende Misri kukaa huko (Yeremia 43).*

Licha ya onyo la Yeremia, chini ya uongozi wa Yohanani, watu walifunga virago vyao na kuondoka kuelekea Misri kutafuta ulinzi wake. Siku hiyo waliiacha nchi ambayo Mungu alikuwa amewapa mababu zao na kurudi Misri ambako walikuwa wamekombolewa miaka mingi kabla.

Huko Misri, watu wa Mungu waliishi katika uasi dhidi ya Bwana. Walianza kuabudu miungu ya Misri na kumsahau Mungu wa baba zao. Yeremia aliwaonya juu ya jambo hili, lakini hawakusikiliza maneno yake.

15 Ndipo watu wote waliojua ya kuwa wake zao waliwafukizia uvumba miungu mingine, na wanawake wote waliosimama karibu, mkutano mkubwa, yaani, watu wote waliokaa katika nchi ya Misri, katika Pathrosi, wakamjibu Yeremia, wakisema, 16 Neno lile ulilotuambia kwa jina la Bwana, sisi hatutakusikiliza. 17 Lakini bila shaka tutalitimiza kila neno lililotoka katika vinywa vyetu, kumfukizia uvumba malkia wa mbinguni, na kummiminia sadaka za kinywaji, kama tulivyotenda sisi, na baba zetu, na wafalme wetu, na wakuu wetu, katika miji ya Yuda, na katika njia kuu za Yerusalemu; maana wakati huo tulikuwa na chakula tele, na kufanikiwa, wala hatukuona mabaya. (Yeremia 44)

Wayahudi walioishi Misri walikataa waziwazi maneno ya Bwana kupitia mtumishi Wake Yeremia—"hatutakusikiliza," walisema. Wana wa Israeli walimwacha Mungu na kuitumikia miungu ya Misri. Hawakujifunza somo wakati Babiloni ilipoteka Yerusalemu, kama vile Yeremia alivyokuwa ametabiri. Mioyo yao ilikuwa migumu. Hawangesikiliza tena sauti yake.

Mungu alimwambia Yeremia katika Yeremia 43:8-13 kuchukua

mawe makubwa na kuyazika kwenye chokaa kwenye mlango wa ikulu ya Farao. Yeremia alitabiri kwamba mfalme wa Babeli angevamia Misri na kuchoma hekalu la miungu. Angeweka kiti chake cha enzi juu ya mawe ambayo Yeremia alikuwa amezika. Watoto wa Mungu walioasi wangeangamia huko Misri au kupelekwa utumwani. Misri isingewaokoa.

Miaka mingi kabla ya matukio haya, Mungu alikuwa, kupitia mtumishi wake Musa, aliwakomboa watu wake kutoka katika utumwa wa Misri. Aliwapa nchi yao wenyewe, akawabariki kama watu na kuwafanya wakuu. Sasa kwa kutotii kwao, walikuwa wamerudi Misri ambako wangeangamia bila makao na bila tumaini.

Je, ingekuwaje kwa Yeremia kuona Yuda ikiwa mikononi mwa raia wake? Ingekuwaje kwake kuwaona wakimwacha Mungu wao? Hivi ndivyo huduma ya Yeremia ingeisha. Angetembea katika barabara tupu na zilizochomwa moto huko Yerusalemu na kutambua kwamba baada ya kuhubiri kwa miaka arobaini, ndivyo ilivyokuja. Angehubiri kwa wale ambao kwa hiari waliacha kila kitu ambacho Mungu alikuwa ameahidi kuishi katika nchi ya utekwa wao wa kwanza. Angewatazama wakikataa ujumbe wake. Sisi sote hatujaitwa kwenye "mafanikio," lakini kama Yeremia, tumeitwa kutii.

Ya kuzingatia:

Je, ni nini kilitokea kwa Yerusalemu chini ya hukumu ya Mungu? Je, tunapaswa kudhani kwamba Mungu hatatuhukumu kwa matendo yetu?

Kulikuwa na uthibitisho gani wa baraka za Mungu juu ya watu waliobaki Yerusalemu?

Watu wa Mungu walichagua kutegemea Misri kuliko Mungu wao. Je, tunajaribiwa kutumaini nini zaidi ya Mungu katika siku zetu?

Je, watu wa Mungu wanaoishi Misri waliitikiaje ujumbe wa Yeremia?

Tunajifunza nini kuhusu hali ya kiroho ya watu wa Mungu huko Misri?

Yeremia anamalizaje kazi yake ya unabii? Je, ungekuwa tayari kumtii Mungu ikiwa ungejua kwamba huduma yako itaisha kama ile ya Yeremia? Je, mafanikio yana umuhimu gani kwako ukilinganisha na utiifu?

Kwa Maombi:

Mshukuru Bwana kwa kuwa anahukumu dhambi na uasi. Omba kwamba ungeishi maisha yako katika uhalisi wa hukumu hii ijayo.

Omba Mungu akusamehe kwa nyakati ambazo umemtumainia mambo mengine zaidi kuliko yeye.

Watu wa Mungu waliacha baraka na ahadi za Mungu na kuuacha mji wa Yerusalemu kuelekea Misri. Omba Mungu akupe neema ya kutojisalimisha kwa majaribu na hofu zinazokuja mbele yako.

Omba Mungu akusaidie kuwa mtiifu bila kujali matokeo. Mwombe akusaidie kuzingatia zaidi utii kuliko "mafanikio."

# SURA YA 26- ZAMA WALA HAUTAZUKA TENA

*60Naye Yeremia akaandika katika kitabu habari ya mabaya yote yatakayoupata Babeli, maneno hayo yote yaliyoandikwa juu ya Babeli. 61 Naye Yeremia akamwambia Seraya, Utakapofika Babeli, basi angalia uyasome maneno haya yote, 62 ukaseme, Ee Bwana, umenena habari za mji huu kwamba utakatiliwa mbali, usikaliwe na awaye yote, wala wanadamu wala wanyama, lakini uwe ukiwa hata milele. 63 Tena itakuwa utakapokwisha kukisoma kitabu hicho, utakifungia jiwe, na kukitupa katika mto Frati; 64 nawe utasema, Hivyo ndivyo utakavyozama Babeli, wala hautazuka tena, kwa sababu ya mabaya yote nitakayoleta juu yake; nao watachoka. Maneno ya Yeremia yamefika hata hapa.*

*(Yeremia 51)*

Kitabu cha Yeremia kinapoisha, nabii anazungumza neno la Mungu kuhusu mataifa mbalimbali. Tayari tumesikia ujumbe alioutoa kwa Misri kuhusu kuja kwa Babeli kuharibu (Yeremia 46). Alizungumza maneno sawa na hayo kwa Wafilisti (sura ya 47), Wamoabu (sura ya 48), Waamoni, Waedomu, pamoja na wakazi wa Damasko, Kedari, Hazori na Elamu (sura ya 49). Mataifa haya yote yaliwajibika kwa Mungu kwa ajili ya dhambi zao. Huduma ya Yeremia ilikuwa ya kimataifa iliyokuwa ikipanuka zaidi ya mipaka ya Israeli na Yuda.

Ingawa mataifa haya hayakuwa na nafasi ya kulisikia neno la Bwana kama Yuda walivyofanya, bado walikuwa wanawajibika kwa Mungu. Wangeangamia, ingawa raia wao, kwa sehemu kubwa, hawakumjua Mungu wa Ibrahimu, Isaka, na Yakobo. Maneno ya Yeremia yanatukumbusha kwamba kila mtu anawajibika kwa Mungu na wale wasiomjua hawawi na udhuru kwa sababu ya kutojua.

Kupitia nabii Yeremia, Bwana Mungu anatuonyesha moyo wake wa kimisionari. Hangaiko lake si kwa ajili ya watu wake tu bali pia kwa watu wa mataifa yote. Mungu hufikia mataifa haya kupitia Yeremia ili kuwaonyesha kwamba yanawajibika kwake.

Watu wengi duniani hawana nafasi ya kusikia neno la Bwana. Nini kitatokea kwa mataifa na watu hawa? Je, wataepushwa na ghadhabu ya Mungu kwa sababu hawajawahi kusikia? Mambo tunayoona katika Yeremia yanaonyesha kwamba watalazimika kujibu kwa Mungu. Mataifa yote yako chini ya laana ya dhambi, iwe wanaielewa au la. Nchi zote zinahitaji kusikia mwito wa Mungu na wokovu ambao Mungu wa Israeli pekee anaweza kutoa. Hii ni changamoto iliyoje kwa kanisa la leo! Wanaume na wanawake wanaangamia kwa kutojua kusudi la Mungu. Ni lazima tuwafikie kwa neno lake. Fikiria kile ambacho mtume Paulo aliwaambia Waroma:

*14 Basi wamwiteje yeye wasiyemwamini? Tena wamwaminije yeye wasiyemsikia? Tena wamsikieje pasipo mhubiri? (Warumi 10)*

Katika Yeremia 50, nabii ana neno kwa taifa la Babeli. Taifa hili halingeweza kudai kutomjua Mungu. Babeli lilikuwa taifa ambalo

Mungu alitumia kutekeleza hukumu yake dhidi ya watu wake. Babeli, hata hivyo, haikumgeukia Bwana kamwe. Alitumia nguvu na utukufu ambao Mungu alitoa kwa ajili ya miradi yake ya kibinafsi. Hakumtambua Mungu wa Israeli kwa kazi Yake kati yao. Biblia inatuambia kwamba alikuwa na kiburi na kiburi. Mungu alizungumza na mtazamo huu katika Yeremia 50 aliposema:

*31"Tazama, mimi ni juu yako, Ewe mwenye kiburi, asema Bwana, Bwana wa majeshi; maana siku yako imewadia, wakati nitakapokujilia. 32 Na mwenye kiburi atajikwaa, na kuanguka, wala hapana atakayemwinua; nami nitawasha moto katika miji yake, nao utawala wote wamzungukao pande zote. (Yeremia 50)*

Hata kama Yeremia alipokuwa akinena unabii huu, Bwana alikuwa akiinua muungano wa mataifa kushambulia na kuharibu Babeli:

*9 Kwa maana juu ya Babeli nitaamsha na kuleta kusanyiko la mataifa makubwa, toka nchi ya kaskazini; nao watajipanga juu yake; kutoka huko atatwaliwa; mishale yao itakuwa kama ya mtu shujaa aliye stadi; hapana hata mmoja utakaorudi bure. (Yeremia 50)*

Mungu atalipiza kisasi juu ya Babeli kwa yale ambayo alikuwa amewafanyia watu wake na hekalu lake:

*28 Sauti yao wakimbiao na kuokoka, Kutoka katika nchi ya Babeli, Ili kutangaza Sayuni kisasi cha Bwana, Mungu wetu, Kisasi cha hekalu lake. 29 Waiteni wapiga mishale juu ya Babeli, Naam, wote waupindao upinde; Pangeni hema kumzunguka pande zote; Ili asiokoke hata mtu mmoja wao; Mlipeni kwa kadiri ya kazi yake; Mtendeni sawasawa na yote aliyoyatenda; Kwa sababu amefanya kiburi juu ya Bwana, Juu yake aliye Mtakatifu wa Israeli. (Yeremia 50)*

Kulingana na Yeremia, uharibifu wa Babeli ungekuwa kamili sana wanyama wa jangwani wangekaa katika nchi yake, na bila wakaaji:

> 39 Basi, wanyama wakali wa jangwani, pamoja na mbwa-mwitu, watakaa huko, na mbuni watakaa ndani yake; wala haitakaliwa na watu milele; wala hapana mtu atakayekaa huko tangu kizazi hata kizazi. 40 Kama vile vilivyotokea Mungu alipoangusha Sodoma na Gomora, na miji iliyokuwa karibu nayo, asema Bwana; kadhalika hapana mtu atakayekaa huko, wala hapana mwanadamu atakayekaa huko kama wageni wakaavyo. (Yeremia 50)

Ili kufananisha mambo ambayo yangetukia Babiloni, Yeremia aliandika unabii wake kwenye kitabu cha kukunjwa na kuutuma Babiloni. Ililetwa Babeli na Seraya ambaye alisoma yaliyomo kwa Wababeli. Alipomaliza kusoma maneno ya kitabu hicho, Seraya akafunga jiwe kwenye hati hiyo na kulitupa kwenye Mto Frati akisema:

> nawe utasema, Hivyo ndivyo utakavyozama Babeli, wala hautazuka tena, kwa sababu ya mabaya yote nitakayoleta juu yake; nao watachoka. Maneno ya Yeremia yamefika hata hapa. (Yeremia 51:64).

Hata kama vile jiwe hili lilichukua kitabu cha kukunjwa hadi chini ya mto na kukiweka hapo, ndivyo taifa la Babeli lingeburutwa hadi chini na lisiinuke tena. Mungu angelipiza kisasi kwa watu wake.

Kila mtu anawajibika kwa Mungu na anahitaji msamaha wake na wokovu. Watu kutoka kila taifa na dini lazima wasimame mbele ya Hakimu na kutoa hesabu Kwake. Kutojua neno Lake sio kisingizio. Unaweza kuwa na hatia na usijue. Yeremia analitangazia taifa la kipagani la Babeli kwamba siku inakuja ambapo lingesimama mbele ya Muumba wake. Alitangaza ukweli huo huo kwa Wafilisti, Waedomu, Wamoabu na wakaaji wa mataifa mengi tofauti. Mungu aliwajibisha kila nchi kuishi kwa ajili yake kama Muumba wao.

Yeremia alianza huduma yake akiwa kijana mwoga, ambaye alimwambia Mungu kwamba hajui kuongea (Yeremia 1:6). Alimaliza kazi yake ya kutoa changamoto kwa wafalme na mataifa kutembea katika kweli ya neno la Mungu. Mkono wa Mungu ulikuwa juu ya Yeremia kumlinda na kumlinda. Mungu hakumruhusu kuoa mke au kuwa na familia. Aliteseka kwa sababu ya yale aliyohubiri. Alivumilia magumu mengi na kumaliza huduma yake na wote waliomsikia wakikataa ujumbe wake. Huenda hakuwa na umati wa watu waliotubu na kumgeukia Mungu, lakini alikuwa mwaminifu hata mambo yalipokuwa magumu. Maisha yake yalikuwa maisha ya kujitolea kabisa kwa Mungu aliyemwita. Ingawa aliuacha ulimwengu huu ukiwa na matunda machache ya kuonyesha kwa miaka arobaini ya utumishi, naamini thawabu yake itakuwa kubwa kwa yale ambayo hakuwa na matunda kwa kazi yake, aliyokuwa nayo katika utii wa uaminifu.

Ya kuzingatia:

Je, wale wasiomjua Mungu wanawajibika Kwake?

Kwa nini ni muhimu kwamba tuwasilishe ujumbe wa injili kwa watu wote?

Babeli iliishi kwa utajiri mwingi na ufanisi kwa muda fulani lakini ingelazimika kujibu kwa Mungu kwa ajili ya matendo yake?

Je, mafanikio na urahisi hutupatia hisia potofu za usalama?

Kuna tofauti gani kati ya kuona matokeo kwa kazi yetu na kuwa mwaminifu? Je, tunaweza kuwa waaminifu na kuona matokeo madogo?

Kwa Maombi:

Chukua muda kuwaombea wale wanaoshiriki habari njema ya injili na mataifa ya kigeni. Omba Mungu abariki juhudi zao.

Mwombe Mungu akusaidie kufanya utii kuwa jambo kuu maishani mwako.

Mwambie Mungu akupe uaminifu wa Yeremia hata usipoona matunda ya kazi zako.

Mwombe Mungu akuonyeshe jinsi unavyoweza kuwa chombo chake cha kuwasilisha wokovu wake kwa wale wasiojua.

# LIGHT TO MY PATH BOOK DISTRIBUTION

Light To My Path Book Distribution (LTMP) ni huduma ya uandishi na usambazaji wa vitabu inayowafikia wafanyakazi Wakristo wenye uhitaji huko Asia, Amerika Kusini, na Afrika. Wafanyakazi wengi Wakristo katika nchi zinazoendelea hawana nyenzo zinazohitajika ili kupata mazoezi ya Biblia au kununua vifaa vya kujifunzia Biblia kwa ajili ya huduma zao na kujitia moyo.

F. Wayne Mac Leod ni mwanachama wa Action International Ministries na amekuwa akiandika vitabu hivi kwa lengo la kuvisambaza bure au kwa gharama kwa wachungaji wenye uhitaji na wafanyakazi Wakristo kote ulimwenguni.

Vitabu hivi vinatumika katika mahubiri, mafundisho, uinjilisti na kutia moyo waamini wenyeji katika zaidi ya nchi sitini. Vitabu sasa vimetafsiriwa katika lugha kadhaa. Lengo ni kuvifanya vipatikane kwa waumini wengi iwezekanavyo.

Huduma ya LTMP ni huduma yenye msingi wa imani na tunamwamini Bwana kwa nyenzo zinazohitajika ili kusambaza vitabu kwa ajili ya kuwatia moyo na kuwaimarisha waumini duniani kote. Je, ungeomba kwamba Bwana afungue milango kwa ajili ya tafsiri na usambazaji zaidi wa vitabu hivi?

www.ingramcontent.com/pod-product-compliance
Lightning Source LLC
Chambersburg PA
CBHW070141080526
44586CB00015B/1784